MATREIÐ.
FYRIR STAFLAÐAR
OG STÖKKAR
VÖFFLUR OG
PÖNNUKÖKUR

100 DÚNKENNDAR, GULLNAR DÁSEMDIR Í MORGUNMAT OG VÍÐAR

Birta Egilsdóttir

Fyrirvari

Upplýsingunum sem er að finna í þessari rafbók er ætlað að þjóna sem alhliða safn aðferða sem höfundur þessarar rafbókar hefur rannsakað. Samantektir, aðferðir, ábendingar og brellur eru aðeins meðmæli frá höfundi og lestur þessarar rafbókar mun ekki tryggja að niðurstöður manns muni nákvæmlega endurspegla niðurstöður höfundar. Höfundur rafbókarinnar hefur lagt allt kapp á að veita lesendum rafbókarinnar núverandi og nákvæmar upplýsingar. Höfundur og félagar hans munu ekki bera ábyrgð á óviljandi villu eða vanrækslu sem kunna að finnast. Efnið í rafbókinni getur innihaldið upplýsingar frá þriðja aðila. Efni frá þriðja aðila samanstanda af skoðunum frá eigendum þeirra. Sem slíkur tekur höfundur rafbókarinnar ekki ábyrgð eða ábyrgð á efni eða skoðunum þriðja aðila. Hvort sem það er vegna framfara internetsins, eða ófyrirséðra breytinga á stefnu fyrirtækisins og leiðbeiningum um ritstjórn, getur það sem fram kemur sem staðreynd þegar þetta er skrifað orðið úrelt eða óviðeigandi síðar.

EFNISYFIRLIT

EFNISYFIRLIT...4

INNGANGUR..8

VAFFLUR...10

1. Bláberjakanillmúffur....................................11

2. Vöffluð skinka og ostur brætt............................14

3. Vöffluð Hash Browns með Rosemary.......................17

4. Grænar Chile vöffluðar Quesadillas.......................20

5. Vöffluð kúbversk samloka................................22

6. Vöffluð Croque Madame..................................25

7. Klassískur vöffluborgari með osti.........................28

8. Vöfflaðir Portobello sveppir..............................31

9. Vöffluð Filet Mignon....................................34

10. Súkkulaðifyllt franskt brauð.............................38

11. Spaghetti og vöffluð kjötbollur..........................41

12. Vöffluðar makkarónur og ostur..........................46

13. Ristað ostur Wavioli....................................49

14. Vöffluð sætkartöflugnocchi..............................53

15. Pressaðar kartöflur og ostur Pierogi.....................57

16. Vöffluð falafel og hummus..............................61

17. Vöffluðu túnfiskur Niçoise salat.........................64

18. Krabbakökur í kross....................................69

19. Vöffluður mjúkskeljakrabbi.............................72

20. Vöffluð Tamale baka...................................74

21. Vöffluð mexíkóskur Migas..............................78

22. Waffled rækju Wontons................................81

23. Ostur vöffluður Arancini................................85

24. Kúrbít-Parmesan Fritters...............................88

25. Vöfflaðir Tostones.....................................91

26. VÖFFLUÐU FRANSKAR.................................95

27. VÖFFLAÐIR LAUKHRINGIR............................98

28. VÖFFLUÐ HAFRAKÖKUR..............................101

29. RED VELVET ÍSVÖFFLA.............................104

30. VÖFFLUÐ BANANABRAUÐ............................108

31. VÖFFLUÐ S'MORES.................................112

32. SMJÖRMJÓLK MAÍSMJÖL VÖFFLUR...................115

33. SÚKKULAÐI VÖFFLUR...............................118

34. VÖFFLUR MEÐ SOÐNUM RABARBARA.................122

35. ÞRIGGJA OSTA SOUFFLÉ VÖFFLUR..................126

36. SMJÖRMJÓLKURVÖFFLUR............................129

37. BELGÍSKAR VÖFFLUR..............................132

38. FJÖLKORNA VÖFFLUR..............................135

39. BÓKHVEITI VÖFFLUR..............................138

40. VÖFFLUR ÁVEXTIR & HLYNSÍRÓP....................141

41. POLENTA OG GRASLAUKSVÖFFLUR...................144

42. KRYDDOST-VÖFFLUR...............................147

43. KJÚKLINGUR & VÖFFLUR...........................150

44. SÍTRÓNU- OG VALMÚFRÆVÖFFLUR...................154

45. RICOTTA OG HINDBERJA VÖFFLUR.................157

46. BANANA VÖFFLUR.................................160

47. SÚKKULAÐI VÖFFLUR..............................163

48. KANILL-SYKURVÖFFLUR...........................166

49. JARÐARBERJA-SHORTCAKE VÖFFLUR...............169

PÖNNUKÖKUR..172

50. RAUÐAR FLAUELSPÖNNUKÖKUR....................173

51. DÖKK SÚKKULAÐI PÖNNUKÖKUR...................176

52. ANANASPÖNNUKÖKUR Á HVOLFI....................180

53. SÍTRÓNU MARENGSPÖNNUKÖKUR...................183

54. KANILSNÚÐAPÖNNUKÖKUR.........................187

55. KEFIR PÖNNUKÖKUR..............................191

56. KOTASÆLUPÖNNUKÖKUR...........................194

57. HAFRAMJÖL PÖNNUKÖKUR.........................197

58. 3-Hráefni Pönnukökur..200

59. Möndlusmjörspönnukökur...............................203

60. Tiramisú Pönnukökur..................................206

61. Sítrónu bláberja Pönnukökur.....................210

62. Quinoa Pönnukökur.....................................214

63. Grísk jógúrt haframjöl Pönnukökur.........217

64. Piparkökur Pönnukökur.............................220

65. G234skar jógúrt Pönnukökur......................223

66. Rúsínukökupönnukökur með haframjöli...............226

67. Hnetusmjör og hlaup Pönnukökur................230

68. Beikon Pönnukökur....................................233

69. Hindberja möndlu Pönnukökur..................237

70. Hnetu-, banana- og súkkulaðipönnukökur...........241

71. Vanillu kókos Pönnukökur..........................244

72. Súkkulaði kókos möndlu Pönnukökur............248

73. Jarðarberjakökupönnukökur......................252

74. Hnetusmjörsbollapönnukökur...................256

75. Mexíkóskar súkkulaðipönnukökur.................259

76. Afmælispönnukökur á óvart.......................262

77. Grænar skrímsla Pönnukökur......................265

78. Vanillu matcha Pönnukökur.........................268

79. Piña colada Pönnukökur...............................271

80. Kirsuberjamöndlupönnukökur....................274

81. Key lime Pönnukökur...................................277

82. Grasker kryddpönnukökur..........................280

83. Súkkulaði bananapönnukökur.....................283

84. Vanillu möndlu Pönnukökur........................286

85. Funky apa Pönnukökur................................289

86. Vanillu Pönnukökur.....................................292

87. Bláberja mangópönnukökur........................295

88. Mokka Pönnukökur......................................298

89. Chai Pönnukökur...301

90. Gulrótarkökupönnukökur...........................304

91. Hunang bananapönnukökur.........................307

92. BANANA BLÁBERJA PÖNNUKÖKUR.............................310

93. EPLI KANIL PÖNNUKÖKUR..313

94. JARÐARBERJAOSTAKÖKUPÖNNUKÖKUR.........................316

95. BLÁBERJAPÖNNUKÖKUR..319

96. JARÐARBERJA BANANAPÖNNUKÖKUR...........................322

97. FERSKJUR OG RJÓMAPÖNNUKÖKUR.............................325

98. BANANABRAUÐ PÖNNUKÖKUR....................................328

99. SUÐRÆNAR PÖNNUKÖKUR..331

100. FULLKOMNAR PÖNNUKÖKUR....................................334

NIÐURSTAÐA..**337**

INNGANGUR

Það getur verið áskorun fyrir marga að ákveða hvort á að gefa sér sætan pönnukökur eða vöfflur í morgunmat.

Auðvitað, sem mikilvægasta máltíð dagsins, verður valinn morgunmatur að kynda undir orku þinni fyrir daglegar athafnir.

Pönnukökur og vöfflur eru báðir fjölhæfir valkostir sem hægt er að njóta með úrvali af sætu og bragðmiklu áleggi.

Þrátt fyrir svipaðar leiðir sem hægt er að neyta þeirra og innihaldsefnin sem eru notuð til að gera þær, eru pönnukökur og vöfflur ekki það sama.

Fullkomlega eldaðar pönnukökur ættu að hafa stökka brún og dúnkennda miðju. Vöfflur hafa aftur á móti stökkt ytra byrði og seig í miðjunni.

Þeir eru líka sýnilega ólíkir. Pönnukökur hafa alltaf tilhneigingu til að vera kringlóttar en vöfflur geta verið kringlóttar eða ferkantaðar.

Ef þú ert forvitinn um hvað gerir vöfflur og pönnukökur ólíkar innbyrðis, þá er þessi bók fyrir þig!

VAFFLUR

1.   Bláberjakanillmúffur

AFKOMA: Um 16 múffur

Hráefni

- 2 bollar alhliða hveiti
- ¼ bolli kornsykur
- 1 tsk malaður kanill
- ½ tsk salt
- 2 tsk lyftiduft
- 2 bollar mjólk, við stofuhita
- 8 matskeiðar (1 stafur) ósaltað smjör, brætt
- 2 stór egg
- 1 bolli frosin villibláber
- Nonstick eldunarsprey

Leiðbeiningar

a) Forhitið vöfflujárnið á miðlungs.

b) Blandið saman hveiti, sykri, kanil, salti og lyftidufti í meðalstórri skál.

c) Blandið saman mjólk, smjöri og eggjum í stórri skál og þeytið þar til það er vel blandað saman.

d) Bætið þurru hráefnunum við mjólkurblönduna og þeytið þar til það hefur blandast saman.

e) Blandið bláberjunum saman við og hrærið varlega til að dreifa þeim jafnt.

f) Húðaðu báðar hliðar vöfflujárnsristarinnar með nonstick úða og helltu um $\frac{1}{4}$ bolla af blöndunni í hvern hluta vöfflujárnsins. Lokaðu lokinu og eldaðu í 4 mínútur, eða þar til aðeins gullbrúnt.

g) Takið múffurnar af vöfflujárninu og látið þær kólna aðeins á vírgrind. Endurtaktu skref 6 með afganginum af deiginu.

h) Berið fram heitt.

2. Vöffluð skinka og ostur brætt

Ávöxtun: Afgreiðsla 1

Hráefni

- 1 matskeið ósaltað smjör, við stofuhita
- 2 sneiðar samlokubrauð
- 2 aura Gruyère ostur, skorinn í sneiðar
- 3 aura Black Forest skinka, sneið
- 1 matskeið Maple Butter

Leiðbeiningar

a) Hitið vöfflujárnið á lágt.

b) Smyrjið þunnu, jöfnu lagi af smjöri á aðra hlið hvers brauðs.

c) Hrúgðu ostinum og skinkunni á ósmjöru hliðina á einni brauðsneið og settu opna samlokuna í vöfflujárnið eins langt frá hjörinni og hægt er.

d) Settu seinni brauðsneiðina ofan á, með smjörhliðina upp, og lokaðu vöfflujárninu.

e) Athugaðu samlokuna eftir 3 mínútur. Um það bil hálfa leið gæti þurft að snúa samlokunni 180 gráður til að tryggja jafnan þrýsting og eldun.

f) Ef þú vilt geturðu þrýst aðeins á lokið á vöfflujárninu til að þjappa samlokunni saman, en gerðu það varlega – lokið gæti verið mjög heitt. Takið samlokuna af vöfflujárninu þegar brauðið er gullbrúnt og osturinn bráðinn.

g) Dreifið hlynsmjörinu utan á samlokuna. Skerið í tvennt á ská og berið fram.

3. Vöffluð Hash Browns með Rosemary

Ávöxtun: Afgreiðsla 2

Hráefni

- 1 rússet (bökunar) kartöflu, um 10 aura, afhýdd og rifin
- ½ tsk fínt saxað ferskt rósmarín eða 1 tsk þurrkað rósmarín
- ¼ tsk salt
- ½ tsk nýmalaður svartur pipar
- 1 tsk ósaltað smjör, brætt
- Rifinn ostur, sýrður rjómi eða tómatsósa, til framreiðslu

Leiðbeiningar

a) Forhitið vöfflujárnið á miðlungs.

b) Kreistu rifnu kartöfluna með handklæði þar til hún er eins þurr og þú getur.

c) Blandið saman rifnum kartöflum, rósmaríni, salti og pipar í blöndunarskál.

d) Dreifið smjörinu á báðar hliðar vöfflujárnsins með sílikonbursta.

e) Hrúgðu niður rifnum kartöflum í vöfflujárnið — fylltu vöfflujárnið aðeins yfir — og lokaðu lokinu.

f) Eftir 2 mínútur skaltu þrýsta aðeins niður á lokið til að þjappa kartöflunum frekar saman.

g) Athugaðu kartöflurnar eftir 10 mínútur. Þeir ættu að vera aðeins að byrja að verða gullbrúnir á stöðum.

h) Þegar kartöflurnar eru orðnar gullinbrúnar í gegn, 1 til 2 mínútur í viðbót, takið þær varlega úr vöfflujárninu.

i) Berið fram með rifnum osti, sýrðum rjóma eða tómatsósu.

4. Grænar Chile vöffluðar
Quesadillas

Ávöxtun: Gerir 2 quesadillas

Hráefni

- Nonstick eldunarsprey
- 4 hveiti tortillur
- 1 bolli rifinn mexíkóskur ostur, eins og queso Chihuahua eða Monterey Jack
- ¼ bolli niðursoðinn niðursoðinn grænn chili

Leiðbeiningar

a) Forhitið vöfflujárnið á miðlungs. Húðaðu báðar hliðar vöfflujárnsristarinnar með nonstick úða.

b) Settu tortillu á vöfflujárnið og, farðu varlega vegna þess að vöfflujárnið er heitt, dreifðu helmingnum af ostinum og helmingnum af grænu chili jafnt yfir tortilluna og skildu eftir tommu eða svo í kringum brún tortillunnar. Settu aðra tortillu ofan á og lokaðu vöfflujárninu.

c) Athugaðu quesadilla eftir 3 mínútur. Þegar osturinn er bráðinn og tortillan er komin með gullinbrúna vöfflumerki er hún tilbúin. Fjarlægðu quesadillana úr vöfflujárninu.

5. Vöffluð kúbversk samloka

Ávöxtun: Afgreiðsla 2

Hráefni

- 1 stökk samlokurúlla eða stakt ciabatta brauð
- 1 matskeið gult sinnep
- 3 aura soðin skinka, þunnt sneið
- 3 aura soðnar svínahryggur, þunnar sneiðar
- 3 aura svissneskur ostur, þunnt sneið
- 2 dill súrum gúrkum, þunnar sneiðar eftir endilöngu

Ávöxtun: Þjónar allt að 6

Hráefni

- 1 stykki hálfmánadeig eða Brioche deig
- 1 matskeið ósaltað smjör, brætt
- 3 matskeiðar Béchamel sósa
- 2 sneiðar Black Forest skinku
- ¼ bolli rifinn Gruyère ostur
- 1 stórt egg

Leiðbeiningar

a) Forhitið vöfflujárnið á miðlungs.

b) Skerið deigið í tvennt til að búa til tvo þríhyrninga. Mótaðu þríhyrningana í ferning sem er 4 til 5 tommur á hvorri hlið og þrýstu brúnunum varlega saman.

c) Notaðu sílikonbursta, húðaðu báðar hliðar eins hluta af vöfflujárninu með bræddu smjöri, settu deigið á þann hluta vöfflujárnsins, lokaðu lokinu og eldaðu deigið þar til það er gullbrúnt, um það bil 3 mínútur.

d) Takið deigið af vöfflujárninu og færið yfir á skurðbretti eða disk.

e) Hellið Béchamel sósunni á vöffludeigið. (Sósan mun að mestu safnast saman í dúkunum.) Leggið síðan skinkuna ofan á. Stráið rifnum osti yfir. Settu samansetta stafla í vöfflujárnið og lokaðu lokinu í 10 sekúndur til að bræða ostinn og sameina lögin. Fjarlægðu bunkann af vöfflujárninu.

f) Brjóttu egg í lítinn bolla eða ramekin. Þetta mun gefa þér stjórn á því hvernig eggið lendir á vöfflujárninu. Penslið afganginn af bræddu smjöri á neðri rist á einum hluta af vöfflujárninu og hellið egginu á þann hluta. Eldið, án þess að loka lokinu, þar til hvítan hefur stífnað, um 1 mínútu, og haltu áfram að elda þar til eggjarauðan hefur stífnað aðeins, 1 eða 2 mínútur.

g) Til að fjarlægja eggið ósnortið skaltu nota offset spaða eða par af hitaþolnum sílikon spaða til að ná því frá rist vöfflujárnsins. Losaðu fyrst brúnirnar og lyftu síðan egginu upp á meðan þú styður það að neðan eins mikið og mögulegt er.

h) Setjið eggið ofan á samlokuna og berið fram heitt.

7. Klassískur vöffluborgari með osti

Afrakstur: Afgreiðsla 4

Hráefni

- Nonstick eldunarsprey
- 1 pund nautahakk
- ½ tsk salt
- 1 tsk nýmalaður svartur pipar
- 4 sneiðar amerískur, cheddar- eða gruyère-ostur (valfrjálst)
- 4 verslunarkeyptar eða heimabakaðar hamborgarabollur
- Tómatsósa, sinnep, salat, tómatar og súrum gúrkum, til framreiðslu

Ávöxtun: Afgreiðsla 1

Hráefni

- $\frac{1}{4}$ bolli extra virgin ólífuolía
- $\frac{1}{4}$ bolli hlutlaus bragðbætt olía, eins og canola
- 1 msk ítalskar kryddjurtir (eða 1 tsk þurrkað rósmarín, þurrkað basil og þurrkað oregano)
- $\frac{1}{4}$ teskeið salt
- $\frac{1}{4}$ tsk nýmalaður svartur pipar
- 2 Portobello sveppir, stilkar slitnir af og fleygt

Leiðbeiningar

1. Blandið saman olíum, kryddjurtum, salti og pipar í grunnri skál eða djúpu fati. Hrærið til að dreifa jurtunum jafnt.

2. Til að undirbúa sveppina skaltu ausa tálknum með skeið og þurrka niður sveppahettuna með röku pappírshandklæði til að fjarlægja óhreinindi.

3. Setjið sveppalokin í olíublönduna og látið marinerast í að minnsta kosti 30 mínútur, snúið þeim við um það bil hálfa leið.

4. Forhitið vöfflujárnið á miðlungs.

5. Settu sveppina með lokinu upp í vöfflujárnið og lokaðu lokinu.

6. Athugaðu sveppina eftir 5 mínútur. Hetturnar eiga að vera mjúkar og soðnar í gegn. Takið sveppina úr vöfflujárninu og berið fram.

9. Vöffluð Filet Mignon

Ávöxtun: Afgreiðsla 2

Hráefni

- 2 tsk gróft sjávarsalt eða kosher salt
- 2 tsk nýmalaður svartur pipar
- 8 aura filet mignon, um það bil $1\frac{1}{2}$ tommur þykkt
- Nonstick matreiðslu sprey

Leiðbeiningar

a) Forhitið vöfflujárnið á hátt.

b) Hellið salti og pipar á disk, blandið saman til að dreifa henni jafnt og klæðið steikina með blöndunni á báðum hliðum.

c) Húðaðu báðar hliðar vöfflujárnsristarinnar með nonstick úða. Setjið steikina á vöfflujárnið eins langt frá hjörinni og hægt er. (Þetta gerir það að verkum að lokið þrýstist jafnar niður á kjötið.) Lokið lokinu og eldið í 8 mínútur.

d) Ef þú ert með skyndilesandi hitamæli skaltu athuga hitastig steikarinnar eftir 8 mínútur. Fyrir steik eldaðan miðil ætti hitastigið að vera 140°F. (Hitastig upp á 130°F mun gefa þér miðlungs sjaldgæfa steik; 155°F er vel gert.)

e) Fjarlægðu steikina og settu hana á skurðbretti. Leyfðu vöfflujárninu að vera á, ef þú þarft að elda steikina aðeins meira.

f) Leyfið steikinni að hvíla í nokkrar mínútur áður en hún er skorin í tvennt og athugað hvort hún sé tilbúin. Ef það er gert til ánægju skaltu slökkva á vöfflujárninu og bera fram.

g) Ef þú vilt hafa það sjaldgæfara skaltu setja það aftur í vöfflujárnið og athuga eftir eina mínútu. Látið steikina hvíla einu sinni enn áður en hún er borin fram.

10. Súkkulaðifyllt franskt brauð

Ávöxtun: Afgreiðsla 2

Hráefni

- 2 stór egg
- ½ bolli mjólk
- ¼ tsk hreint vanilluþykkni
- Klípa af salti
- 4 brauðsneiðar
- Nonstick eldunarsprey
- ½ bolli súkkulaðibitar
- 1 matskeið þeytt smjör
- Púðursykur, eftir smekk

Leiðbeiningar

a) Forhitið vöfflujárnið á hátt. Forhitið ofninn á lægstu stillingu.

b) Þeytið eggin, mjólkina, vanilluna og saltið saman í bökupönnu eða djúpu fati.

c) Setjið 2 brauðsneiðar í eggjablönduna og leggið þær í bleyti þar til þær hafa tekið í sig eitthvað af vökvanum, 30 sekúndur. Snúið sneiðunum við og leggið þær í bleyti í 30 sekúndur í viðbót.

d) Húðaðu báðar hliðar vöfflujárnsristarinnar með nonstick úða.

Setjið sneið af bleytu brauði á vöfflujárnið og hrúgið aðeins minna en helmingi af súkkulaðibitunum á sneiðina. Settu seinni brauðsneiðina ofan á, lokaðu vöfflujárninu og eldaðu þar til brauðið er gullinbrúnt og súkkulaðið bráðið, 3 til 4 mínútur. Það ætti ekki að vera snefill af ósoðinni eggjablöndu.

e) Fjarlægðu franska brauðið úr vöfflujárninu og endurtaktu skref 3 og 4 til að búa til seinni lotuna. Settu fullbúna franska brauðið í ofninn til að halda því heitu.

f) Skerið franskt brauð í fernt. Opnaðu „vasann" í hverjum fjórðungi og stingdu súkkulaðibitunum sem eftir eru í opið. Afgangshitinn mun bræða súkkulaðið.

g) Toppið hvern skammt með þeyttu smjöri og stráið flórsykrinum yfir áður en hann er borinn fram.

11. Spaghetti og vöffluð kjötbollur

Afrakstur: Afgreiðsla 4

Hráefni

Marinara sósa og pasta:

- 4 hvítlauksrif, óafhýdd
- 2 matskeiðar extra virgin ólífuolía, auk meira til að bera fram
- 2 dósir (28 aura hvor) heilir plómutómatar
- ¼ tsk rauðar piparflögur
- Salt og nýmalaður svartur pipar, eftir smekk
- 12 aura spaghetti

Vöffluðar kjötbollur:

- 1 pund magurt nautahakk eða kalkún
- 10 aura frosið hakkað spínat, þíðað og kreist þurrt
- 1 stórt egg, létt þeytt
- ¼ bolli venjulegt brauðrasp
- ¼ bolli fínt saxaður laukur
- ¼ bolli rifinn parmesanostur, auk meira til að bera fram
- 2 hvítlauksgeirar, saxaðir
- ½ tsk salt
- Nonstick eldunarsprey

Leiðbeiningar

a) Búið til marinara sósu: Skerið hvern hvítlauksrif í tvennt og fletjið hann út með sléttu hliðinni á hnífsblaði, þrýstið niður með lófanum til að mylja hvítlaukinn. Fjarlægðu hvítlauksbörkinn. (Það ætti að losna auðveldlega.)

b) Setjið 2 matskeiðar af ólífuolíu og pressuðu hvítlauksrifunum í stóran pott yfir miðlungs lágan hita. Eldið þar til hvítlaukurinn er ilmandi og rétt að byrja að verða gullinn, um það bil 3 mínútur.

c) Á meðan hvítlaukurinn er að eldast skaltu tæma tómatana að hluta með því að hella aðeins vökvanum ofan á dósinni af. Notaðu gaffal eða eldhúsklippur til að rífa tómatana í stóra, ójafna bita í dósinni.

d) Bætið tómötunum og paprikuflögunum í pottinn, passið að varast að skvetta þar sem tómatarnir mæta heitu olíunni.

e) Eldið við meðalhita þar til sósan byrjar að kúla, um það bil 5 mínútur. Látið malla við meðalhita, hrærið af og til, þar til tómatarnir brotna niður, 45 mínútur. Þú ættir að sitja eftir með þykka, nokkuð þykka sósu. Smakkaðu og stilltu kryddið með því að bæta við salti og pipar.

f) Búið til pasta: Látið suðu koma upp í stórum potti af vatni við háan hita.

g) Forhitið vöfflujárnið á miðlungs. Forhitið ofninn á lægstu stillingu.

h) Á meðan sósan mallar og pastavatnið kemur að suðu, búðu til kjötbollurnar: Í stórri hrærivélarskál, blandaðu saman öllum hráefnum fyrir kjötbollurnar, nema eldunarspreyið, og blandaðu vel saman.

i) Mótið blönduna í 16 kúlur og setjið á skurðarbretti klætt með vax- eða smjörpappír.

j) Bætið spagettíinu út í sjóðandi vatnið og eldið samkvæmt leiðbeiningum á umbúðum. Tæmdu og haltu heitu.

k) Húðaðu báðar hliðar vöfflujárnsristarinnar með nonstick úða. Settu eins margar kjötbollur og passa á vöfflujárnið og skildu eftir smá pláss fyrir hverja til að stækka þegar þau eru fletin út.

l) Lokið lokinu og eldið þar til kjötbollurnar eru brúnaðar að utan og eldaðar í gegn, 6 mínútur. Þú gætir þurft að skera í einn til að tryggja að engin leifar af bleiku séu eftir. Ef þú ert með skyndilesandi hitamæli ætti nautakjöt að vera að minnsta kosti 160 ° F og kalkúnn ætti að vera að minnsta kosti 165 ° F.

m) Takið kjötbollurnar af vöfflujárninu. Endurtaktu skref 11 og 12 til að elda kjötbollurnar sem eftir eru. Ef aðrir íhlutir eru ekki tilbúnir ennþá skaltu halda kjötbollunum heitum í forhitaðri ofninum.

n) Berið fram rausnarlegan skammt af pasta með 4 vöffluðum kjötbollum, toppaðar sparlega með sósu. Dreypið extra virgin ólífuolíu yfir og stráið parmesan yfir. Berið fram auka sósu við borðið.

12. Vöffluðar makkarónur og ostur

Afrakstur: Afgreiðsla 8

Hráefni

- Tilbúnar makkarónur og ostur
- 2 stór egg
- Klípið hvert af salti og nýmöluðum svörtum pipar
- 1 bolli alhliða hveiti
- 1 bolli kryddað brauðrasp
- $\frac{1}{4}$ bolli rifinn harður ostur, eins og parmesan eða Pecorino Romano
- Nonstick eldunarsprey

Leiðbeiningar

a) Skerið makkarónurnar og ostinn í um það bil $\frac{1}{2}$ tommu þykkar sneiðar.

b) Forhitið vöfflujárnið á miðlungs. Forhitið ofninn á lægstu stillingu.

c) Í lítilli skál, þeytið eggið með smá salti og pipar.

d) Settu fram 3 grunnar skálar. Mælið hveitið í það fyrsta. Setjið þeytt eggin í seinni skálina. Blandið brauðmylsnunni saman við ostinn í því þriðja.

e) Taktu sneið af makkarónunum og ostinum, og meðhöndluðu það varlega, hjúpðu báðar

hliðar með hveiti. Dýptu síðan báðum
hliðum í eggið. Að lokum skaltu klæða
báðar hliðar með brauðmylsnu, þrýsta
blöndunni svo hún festist. Leggið sneiðina
til hliðar og endurtakið með sneiðunum
sem eftir eru.

f) Húðaðu báðar hliðar
vöfflujárnsristarinnar með nonstick úða.
Settu makkarónurnar og ostasneiðarnar í
vöfflujárnið, lokaðu lokinu og eldaðu þar
til þær eru orðnar í gegn og gullinbrúnar,
3 mínútur.

g) Útdráttarferlið getur verið erfiður.
Losaðu brúnirnar á makkarónunum og
ostinum með sílikonspaða. Notið spaðann
til að hnýta makkarónurnar og ostinn
varlega úr vöfflujárninu og styðjið svo
botninn með spaðanum á meðan þið lyftið
honum upp með töng.

h) Endurtaktu skref 5 til 7 þar til allar
makkarónurnar og osturinn hefur verið
vöffluður. Haltu fullbúnu makkarónunum
og ostinum heitum í ofninum.

13. Ristað ostur Wavioli

Ávöxtun: Afgreiðsla 2

Hráefni

- ½ bolli mjólk
- 1 stórt egg
- 1 matskeið extra virgin ólífuolía
- 1 bolli kryddað brauðrasp
- ½ tsk salt
- ½ tsk hvítlauksduft
- ½ pund ostur ravioli, kælt
- Nonstick eldunarsprey
- 1 bolli marinara sósa

Leiðbeiningar

a) Forhitið vöfflujárnið á miðlungs. Hyljið bökunarplötu með vax- eða bökunarpappír og setjið til hliðar. Forhitið ofninn á lægstu stillingu.

b) Í lítilli skál, þeytið saman mjólk, egg og ólífuolíu.

c) Í annarri lítilli skál, blandið saman brauðmylsnu, salti og hvítlauksdufti.

d) Dýfðu ravíólíinu fyrst í mjólkurblönduna, húðaðu báðar hliðar, dýfðu síðan í brauðmylsnublönduna, þrýstu blöndunni svo hún festist. Settu húðuðu ravíólíið á tilbúna bökunarplötu.

e) Húðaðu báðar hliðar vöfflujárnsristarinnar með nonstick úða. Hitið marinara sósuna í litlum potti við meðalhita eða í örbylgjuofni í 1 mínútu.

f) Settu eins mörg ravíólí og passa í vöfflujárnið, lokaðu lokinu og eldaðu í 2 mínútur, eða þar til það er stökkt og ristað.

g) Fjarlægðu ravíólíið úr vöfflujárninu og endurtaktu skref 6 með ravíólíinu sem eftir er. Haltu fullbúnu ravíólíinu heitu í ofninum.

h) Berið fram með marinara sósunni til að dýfa í.

14. Vöffluð sætkartöflugnocchi

Gerir um 60 gnocchi

Hráefni

- 1 stór bökunarkartöflu (eins og russet) og 1 stór sæt kartöflu (um það bil 1½ pund samtals)
- 1¼ bollar alhliða hveiti, auk meira til að fleyta vinnuflötinn
- ½ bolli rifinn parmesanostur
- 1 tsk salt
- ½ tsk nýmalaður svartur pipar
- Diska af rifnum múskat (valfrjálst)
- 1 stórt egg, þeytt
- Nonstick matreiðslusprey eða bráðið smjör
- Pestó eða vöffluð salvía og smjörsósa

Leiðbeiningar

a) Forhitið ofninn í 350°F.

b) Bakið kartöflurnar þar til þær eru auðveldlega stungnar með gaffli, um það bil klukkustund. Látið kartöflurnar kólna aðeins og flysjið þær síðan.

c) Settu kartöflurnar í gegnum matkvörn eða hrísgrjónavél eða rífðu þær yfir stóru götin á raspi og í stóra skál.

d) Bætið $1\frac{1}{4}$ bolla af hveiti út í kartöflurnar og notaðu hendurnar til að blanda þeim saman og brjótið upp alla kartöflumola á leiðinni. Stráið osti, salti, pipar og múskat yfir deigið og hnoðið létt til að dreifa því jafnt.

e) Þegar hveiti og kartöflur hafa verið blandað saman, búðu til holu í miðju skálarinnar og bætið þeyttu egginu út í. Notaðu fingurna til að vinna eggið í gegnum deigið þar til það byrjar að sameinast. Það verður örlítið klístrað.

f) Hnoðið deigið varlega nokkrum sinnum á létt hveitistráðu yfirborði til að ná því saman. Það ætti að vera rakt, en ekki blautt og klístrað. Ef það er of klístrað skaltu bæta við 1 matskeið af hveiti í einu, allt að $\frac{1}{4}$ bolli. Rúllaðu deiginu í stokk og skerðu það í 4 hluta.

g)   Rúllaðu hverju stykki í reipi um þvermál
     þumalfingurs og notaðu síðan beittan hníf
     til að skera í 1 tommu hluta.

h)   Forhitið vöfflujárnið á miðlungs. Húðaðu
     báðar hliðar vöfflujárnsristarinnar með
     nonstick úða, eða smyrðu ristina með
     sílikonbrauðsbursta. Lækkið ofninn í
     lægstu stillingu og setjið bökunarplötu til
     hliðar til að halda fullunnum gnocchi
     heitum.

i)   Hristið varlega af hveitileifunum af
     gnocchiinu og setjið slatta á vöfflujárnið,
     látið smá pláss fyrir hvern og einn til að
     stækka.

j)   Lokaðu lokinu og eldaðu þar til ristmerkin
     á gnocchi eru gullinbrún, 2 mínútur.
     Endurtaktu með afgangnum gnocchi,
     haltu soðnu gnocchi heitu á bökunarplötu
     í ofninum.

k)   Berið fram heitt með pestósósu eða
     vöfflusalvíu og smjörsósu.

15. Pressaðar kartöflur og ostur

Pierogi

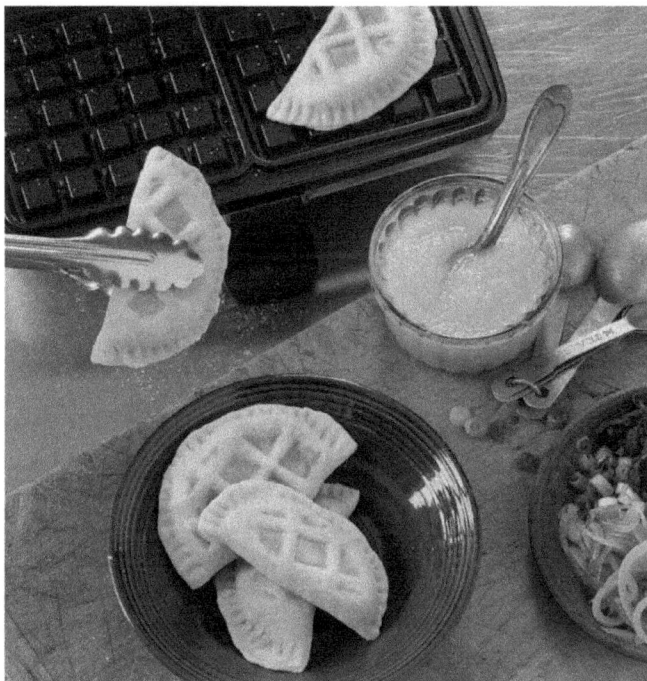

Afrakstur: Afgreiðsla 4

Hráefni

Deig:
- 2¼ bollar alhliða hveiti, auk meira til að rykhreinsa vinnuflötinn eftir þörfum
- ½ tsk salt
- 2 stór egg
- ⅓ bolli af vatni, eða meira eftir þörfum

Fylling:
- 1 pund rússet (bökunar) kartöflur, skrældar og skornar í 1 tommu teninga
- ½ bolli rifinn Cheddar ostur
- 2 matskeiðar ósaltað smjör
- 1 tsk salt
- 1 tsk nýmalaður svartur pipar
- Nonstick eldunarsprey

Leiðbeiningar

a) Búið til deigið: Blandið saman 2¼ bollum af hveiti og salti í stórri skál.

b) Þeytið eggin og ⅓ bolla vatnsins saman í lítilli skál. Bætið eggjunum út í hveitiblönduna og blandið deiginu með tréskeið eða höndunum þar til hægt er að móta það í kúlu.

c) Vefjið deigkúluna inn í plastfilmu og setjið í ísskáp í 30 mínútur.

d) Á meðan er fyllingin búin til: Setjið kartöflurnar í meðalstóran pott, setjið köldu vatni yfir þær og látið sjóða, þakið, við meðalháan hita. Þegar vatnið er að sjóða, takið lokið af og látið kartöflurnar malla við vægan hita þar til þær eru mjúkar og auðvelt er að stinga þær í með hníf, um það bil 10 mínútur. Tæmið kartöflurnar í sigti.

e) Færið kartöflurnar í stóra skál og stappið þær saman með rifnum osti, smjöri, salti og pipar. Leyfið blöndunni að kólna niður í stofuhita.

f) Rykið ríkulega vinnuflöt með hveiti og mótið kælda deigið í um 24 tommu langa rúllu.

g) Skerið deigið í 24 jafna hluta og myndið kúlu úr hverjum deigskammti.

h) Fletjið deigkúlu út með hendinni. Með kökukefli skaltu rúlla deiginu í grófan hring og gera það eins þunnt og þú getur á meðan það er auðvelt að meðhöndla. Settu hrúgafulla teskeið af fyllingunni í miðjuna og skildu eftir ramma sem er ekki meira en ½ tommur. Brjótið pierogi í tvennt og krumpið brúnirnar með gaffli.

i) Settu fullbúna pierogi á hveitistráðan flöt, hyldu með plastfilmu eða hreinu lólausu handklæði og endurtaktu með restinni af deiginu og fyllingunni.

j) Forhitið vöfflujárnið á miðlungs. Forhitið ofninn á lægstu stillingu.

k) Húðaðu báðar hliðar vöfflujárnsristarinnar með nonstick úða, settu eins marga pierogi og passa í vöfflujárnið og lokaðu lokinu.

l) 1Vöffluðu þar til deigið er eldað og pirogin ljósgulbrún, 3 mínútur. Fjarlægðu elduðu pierogi.

16. Vöffluð falafel og hummus

Afrakstur: Afgreiðsla 4

Hráefni

- 1 bolli þurrkaðar kjúklingabaunir, teknar yfir og liggja í bleyti í vatni yfir nótt í kæli
- ½ lítill laukur, saxaður gróft
- 3 hvítlauksrif
- ¼ bolli saxuð fersk flatblaða steinselja
- 2 matskeiðar extra virgin ólífuolía
- 2 matskeiðar alhliða hveiti
- 1 tsk salt
- 1 tsk malað kúmen
- ½ tsk malað kóríander
- ¼ tsk lyftiduft
- ¼ tsk nýmalaður svartur pipar
- ¼ tsk cayenne pipar
- Nonstick eldunarsprey
- Fullkomlega sléttur hummus
- 4 vasar pítubrauð

Leiðbeiningar

a) Forhitið vöfflujárnið á miðlungs. Forhitið ofninn á lægstu stillingu.

b) Látið liggja í bleytu kjúklingabaununum og setjið þær ásamt lauknum og hvítlauknum í matvinnsluvél. Púlsaðu þar til blandað en ekki maukað.

c) Bætið steinselju, ólífuolíu, hveiti, salti, kúmeni, kóríander, lyftidufti, svörtum pipar og cayenne pipar út í og blandið þar til það er að mestu slétt.

d) Húðaðu báðar hliðar vöfflujárnsristarinnar með nonstick úða. Setjið um það bil ¼ bolla af deigi í vöfflujárnið fyrir hverja vöfflu, skilið eftir smá bil á milli skeiða svo hvern og einn stækki.

e) Lokaðu lokinu á vöfflujárninu og eldaðu í 5 mínútur áður en þú athugar. Fjarlægðu fóflurnar þegar þær eru eldaðar í gegn og jafnbrúnar.

f) Endurtaktu skref 4 og 5 með afganginum af deiginu.

g) Haltu fullbúnum fóflum heitum í ofninum. Berið þá fram með hummus og pítubrauði.

17. Vöffluðu túnfiskur Niçoise salat

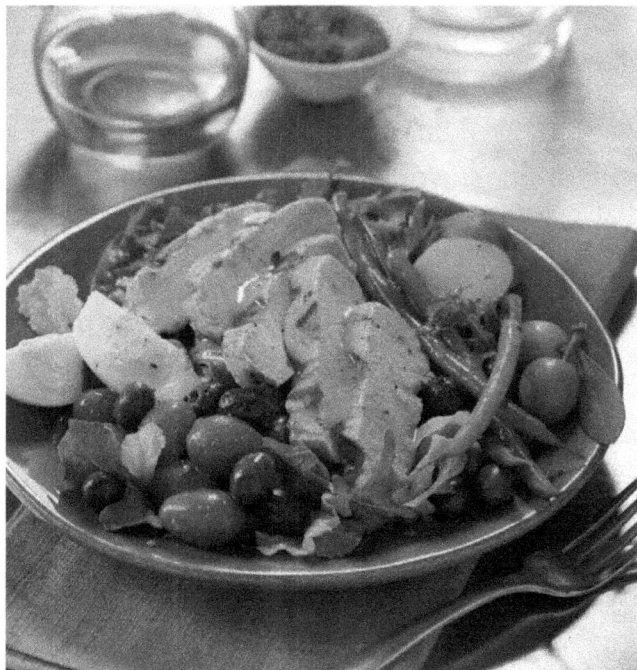

Ávöxtun: Afgreiðsla 2

Hráefni

- 2 stór egg
- ½ bolli grænar baunir, með oddunum klippt
- 4 nýjar kartöflur, skornar í tvennt
- Salt
- Nonstick eldunarsprey
- 1 fersk túnfisksteik (um 8 aura)
- 3 bollar þvegið salatgrænmeti
- ¼ bolli grófar eða heilar sneiðar svartar ólífur, eins og Niçoise eða Kalamata
- ½ bolli heilir eða helmingaðir kirsuberja- eða vínberjatómatar
- Nýmalaður svartur pipar, eftir smekk
- Dijon Vinaigrette dressing

Leiðbeiningar

a) Eldið eggin: Setjið eggin í lítinn pott og fyllið tvo þriðju af vatni. Látið suðuna koma upp við meðalháan hita, slökkvið síðan á hitanum, takið pottinn af brennaranum og hyljið hann. Látið það hvíla í 10 mínútur. Látið eggin renna undir köldu vatni í eina mínútu til að kæla þau og setjið til hliðar.

b) Blasaðu grænu baunirnar: Látið suðuna koma upp í lítinn pott af saltvatni og stingið þeim í 30 sekúndur. Fjarlægðu þau og settu þau í ísvatnsbað til að stöðva eldunina. Takið grænu baunirnar úr ísvatninu eftir 1 mínútu og setjið til hliðar.

c) Sjóðið kartöflurnar: Setjið kartöflurnar í lítinn pott og hyljið með að minnsta kosti tommu af vatni. Bætið ríflegri klípu af salti út í vatnið og látið suðuna koma upp við meðalháan hita. Þegar vatnið sýður skaltu minnka hitann í lágan og leyfa kartöflunum að malla í 10 mínútur. Þær eru tilbúnar þegar hægt er að stinga í þær með mildu hnífsstungunni. Fjarlægðu kartöflurnar, tæmdu þær í sigti og láttu kólna.

d) Forhitið vöfflujárnið á hátt. Húðaðu báðar hliðar vöfflujárnsristarinnar með nonstick úða.

e) Settu túnfisksteikina á vöfflujárnið eins langt frá hjörinni og hægt er. (Þetta gerir lokinu kleift að þrýsta túnfiskinum jafnari niður.) Lokaðu lokinu.

f) Á meðan túnfiskurinn eldar, leggðu niður salatgrænu á stóran disk. Afhýðið eggin, skerið í sneiðar eða fjórar og raðið þeim á kálið. Dreifið grænu baununum, kartöflunum, ólífunum og tómötunum jafnt yfir salatgrænuna.

g) Athugaðu túnfiskinn. Eftir 6 mínútur ætti $\frac{3}{4}$ tommu þykk steik að vera elduð í gegn. Það ætti ekki að vera bleikt að utan. Þú gætir viljað skera túnfiskinn í tvennt til að sjá hvort bleikur sé eftir í miðjunni. Bleikur blær getur verið í lagi, þó að þú viljir kannski frekar túnfiskinn þinn. (The USDA mælir með því að það nái 145 ° F á skyndilesandi hitamæli; mér líkar við minn um 125 ° F.)

h) Takið túnfiskinn úr vöfflujárninu og skerið hann í um það bil $\frac{1}{2}$ tommu þykkar sneiðar. Raðið sneiðunum á salatið þannig að vöfflumerkin snúi upp.

i)   Stráið salatinu yfir salti og pipar. Klæðið salatið sparlega. Berið afganginn af dressingunni fram við borðið.

18. Krabbakökur í kross

AFKOMA: Gerir 4 krabbakökur

Hráefni

- 1 stórt egg, þeytt, með smá salti
- Klípa af cayenne pipar eða karrýdufti
- ½ tsk nýmalaður svartur pipar eða sítrónupipar
- 1½ bollar krabbi (um 10 aura)
- ½ bolli venjulegt brauðrasp
- ¼ bolli smátt skorin græn paprika
- 1 matskeið saxaður skalottur
- Nonstick eldunarsprey
- 1 sítróna, sneidd, til skrauts
- ¼ bolli Sriracha majónes , til að bera fram

Leiðbeiningar

a) Forhitið vöfflujárnið á hátt. Forhitið ofninn á lægstu stillingu.

b) Blandið egginu, cayenne piparnum og svörtum pipar saman í litla skál. Leggið til hliðar.

c) Blandið krabbanum, brauðmylsnu, papriku og saxuðum skalottlaukum varlega saman í meðalstóra skál. Bætið eggjablöndunni saman við og hrærið varlega til að blanda henni jafnt inn í þurru hráefnin.

d) Húðaðu báðar hliðar vöfflujárnsristarinnar með nonstick úða. Taktu úr ½ bolla af blöndunni með mæliglasi og settu hana í vöfflujárnið.

e) Lokið lokinu og eldið þar til brauðmylsnan er orðin gullinbrún og enginn vökvi er eftir, um það bil 3 mínútur.

f) Takið krabbakökuna úr vöfflujárninu, stráið sítrónusneið yfir hana og notið aukasneiðarnar sem skraut.

g) Endurtaktu skref 4 og 5 til að búa til hinar 3 krabbakökur sem eftir eru. Haltu fullbúnu krabbakökunum heitum í ofninum.

h) Setjið matskeið af Sriracha-majónesi á hverja krabbaköku og berið fram.

19.   Vöffluður mjúkskeljakrabbi

Ávöxtun: Afgreiðsla 2

Hráefni

- ½ bolli alhliða hveiti
- 1 tsk sjávarréttakryddblanda, eins og Old Bay
- 2 mjúkskeljarkrabbar, hreinsaðir ("klæddir")
- 2 matskeiðar ósaltað smjör, brætt

Leiðbeiningar

a) Forhitið vöfflujárnið á hátt.

b) Blandið saman hveiti og kryddblöndunni í grunnri skál eða djúpu fati, eins og tertudisk.

c) Þurrkaðu krabba með pappírshandklæði. Dýptu krabbanum í hveitinu, hristu umfram hveitið af yfir plötuna og settu húðuðu krabbana til hliðar á skurðbretti.

d) Notaðu sílikonbursta, húðaðu báðar hliðar vöfflujárnsristarinnar með bræddu smjöri.

e) Settu húðuðu krabbana á vöfflujárnið, lokaðu lokinu og eldaðu í 3 mínútur. Húðin ætti að verða gullinbrún.

20. Vöffluð Tamale baka

Afrakstur: Afgreiðsla 4

Hráefni

Álegg:

- 1 matskeið extra virgin ólífuolía
- 1 stór laukur, smátt saxaður
- 1 pund malaður kalkúnn eða nautakjöt
- 1 jalapeño pipar, söxuð (fjarlægðu fræ fyrir minni hita)
- 1 tsk malað kúmen
- 1 dós (15 aura) niðursoðnir tómatar
- Salt og nýmalaður svartur pipar, eftir smekk

Skorpa:

- 1½ bolli masa harina
- 1 tsk salt
- 1 tsk lyftiduft
- ¼ tsk nýmalaður svartur pipar
- 1 bolli mjólk
- 4 matskeiðar (½ stafur) ósaltað smjör, brætt
- 1 stórt egg, þeytt
- Nonstick eldunarsprey
- 1 bolli rifinn skarpur Cheddar ostur

Leiðbeiningar

a) Búið til áleggið: Setjið ólífuolíuna á stóra pönnu og bætið lauknum út í. Steikið við meðalhita þar til laukurinn byrjar að brúnast, um það bil 5 mínútur. Fjarlægðu laukinn og settu hann til hliðar á disk.

b) Myljið kjötið í sömu pönnu, brúnið það þar til engin leifar af bleiku eru eftir, um það bil 5 mínútur. Hellið umframfitunni af og bætið steiktum lauk, jalapeño, kúmeni og tómötum út á pönnuna þar til það er rétt hitað í gegn, um það bil 1 mínútu. Smakkið til og bætið við salti og pipar. Látið blönduna malla við vægan hita á meðan skorpan er gerð.

c) Forhitið vöfflujárnið á miðlungs.

d) Gerðu skorpuna: Blandaðu saman masa harina, salti, lyftidufti og svörtum pipar í stórri skál. Þeytið mjólkina og brædda smjörið í meðalstórri skál þar til það hefur blandast saman, þeytið síðan egginu út í.

e) Bætið blautu hráefninu við þurru hráefnin og hrærið til að blanda saman. Deigið verður mjög þykkt.

f) Húðaðu báðar hliðar vöfflujárnsristarinnar með nonstick úða. Skiptið deiginu í 4 jafnstóra hluta, um ½ bolli hver. Taktu hluta af deiginu og klappaðu því á disk sem er á stærð við einn hluta af vöfflujárni. Endurtaktu með hinum 3 skömmtum af deiginu.

g) Settu diskana á vöfflujárnið og hyldu vöfflujárnsristina alveg. Lokaðu lokinu og eldaðu þar til að mestu stíft en ekki alveg gullinbrúnt, um það bil 3 mínútur.

h) Opnaðu vöfflujárnið, settu jafnt lag af álegginu um það bil $\frac{1}{2}$ tommu þykkt yfir skorpuna og lokaðu vöfflujárninu í 1 mínútu. Opnaðu vöfflujárnið einu sinni enn, toppaðu með ostinum og lokaðu vöfflujárninu í 20 sekúndur til að bræða ostinn. Takið tamale bökuna úr vöfflujárninu og berið fram.

21. Vöffluð mexíkóskur Migas

Ávöxtun: Afgreiðsla 2

Hráefni

- 4 stór egg
- 1 lítill tómatur, skorinn í bita (um ½ bolli)
- ½ bolli hægeldaður laukur
- ½ bolli rifinn Cheddar eða Monterey Jack ostur
- 1 lítil jalapeño pipar, fræhreinsuð og söxuð
- 2 mjúkar maístortillur, skornar eða rifnar í um það bil ½ tommu bita
- ¼ tsk salt
- ¼ tsk nýmalaður svartur pipar
- Nonstick matreiðslu sprey

Leiðbeiningar

a) Forhitið vöfflujárnið á miðlungs.

b) Þeytið eggin í meðalstórri skál. Bætið restinni af hráefnunum nema matreiðslusʹpreyinu út í og hrærið kröftuglega til að blanda saman.

c) Húðaðu báðar hliðar vöfflujárnsristarinnar með nonstick úða. Hellið smá af blöndunni á hvern hluta af vöfflujárninu. Sum hráefni geta sest í botn skálarinnar, svo vertu viss um að þú náir í botn skálarinnar til að fá góða blöndu.

d) Lokaðu lokinu og eldaðu þar til eggin eru ekki lengur rennandi, 2 mínútur.

e) Fjarlægðu migas úr vöfflujárninu með offset spaða eða par af hitaþolnum sílikon spaða, og berið fram.

22.   Waffled rækju Wontons

AFKOMA: Gerir 16 wonton

Hráefni

- 8 aura soðnar og kældar rækjur (31–40 talning eða 41–50 talning), afhýddar, halar fjarlægðar
- 1 stór eggjahvíta, létt þeytt
- ¼ bolli smátt saxaður rauðlaukur, bæði grænn og hvítur
- 1 hvítlauksgeiri, saxaður
- 2 tsk ljós púðursykur
- 2 tsk eimað hvítt edik
- ½ tsk rifið eða hakkað ferskt engifer
- ¾ teskeið salt
- ½ tsk nýmalaður svartur pipar
- 1 pakki wonton umbúðir (að minnsta kosti 32 umbúðir), um 3½ tommur á hlið
- Nonstick eldunarsprey
- Engifer-sesam dýfingarsósa

Leiðbeiningar

a) Saxið rækjurnar smátt svo þær endi sem næstum deig. Ef þú vilt nota matvinnsluvél, ætti hálfur tugur fljótlegra pulsa að ná þessu. Setjið saxaðar rækjur í meðalstóra skál.

b) Bætið eggjahvítu, rauðlauk, hvítlauk, sykri, ediki, engifer, salti og pipar við rækjurnar, hrærið til að blanda vel saman og setjið til hliðar.

c) Forhitið vöfflujárnið á hátt. Forhitið ofninn á lægstu stillingu.

d) Til að mynda dumplings skaltu fjarlægja wonton umbúðir úr pakkningunni. Notaðu sætabrauðsbursta eða hreinan fingur til að bleyta allar 4 brúnir umbúðirnar. Setjið örlitla matskeið af rækjublöndunni í miðjuna og toppið með annarri wonton umbúðum. Prýstið meðfram brúnunum til að loka. Leggið tilbúið wonton til hliðar, hyljið með röku handklæði og mótið afganginn.

e) Húðaðu báðar hliðar vöfflujárnsristarinnar með nonstick úða. Settu eins marga wontons á vöfflujárnið og passa og lokaðu lokinu. Eldið í 2 mínútur áður en athugað er. Wonton umbúðirnar ættu að missa gegnsæi og vöfflumerkin ættu að vera djúpgulbrún.

f) Berið wontons fram með engifer-sesamsósu.

23. Ostur vöffluður Arancini

AFKOMA: Gerir 8 arancini; þjónar 4

Hráefni

- 2 bollar soðin stuttkornin hvít hrísgrjón eins og Arborio, útbúin samkvæmt pakkaleiðbeiningum og kæld
- $\frac{1}{2}$ bolli rifinn parmesanostur
- $\frac{1}{4}$ tsk salt
- $\frac{1}{4}$ tsk nýmalaður svartur pipar
- 3 stór egg
- 2 aura ferskur mozzarella, skorinn í 8 bita
- 1 bolli kryddað brauðrasp
- Nonstick matreiðslu sprey

Leiðbeiningar

a) Forhitið vöfflujárnið á miðlungs. Forhitið ofninn á lægstu stillingu.

b) Blandið saman hrísgrjónum, parmesan, salti, pipar og 1 af eggjunum í meðalstórri skál og hrærið til að blandast vel saman.

c) Myndaðu hverja hrísgrjónakúlu með blautum höndum með því að taka lítinn hluta af blöndunni, kreista hana þétt í kúlu og troða klumtu af mozzarella í kúluna. Osturinn ætti að vera algjörlega hulinn í hrísgrjónunum. Endurtaktu þetta ferli til að mynda 8 arancini kúlur og settu þær til hliðar.

d) Þeytið saman hin 2 eggin sem eftir eru í lítilli skál. Settu brauðmylsnuna í grunna skál eða djúpt fat, eins og bökuform. Dýfðu hverju arancini í eggjablönduna og síðan í brauðmylsnuna og hristu umfram allt af. Farðu varlega með arancini.

e) Húðaðu báðar hliðar vöfflujárnsristarinnar með nonstick úða. Settu kúlu af arancini í hvern hluta vöfflujárnsins, lokaðu lokinu og eldaðu þar til arancini haldast saman sem eining, 4 mínútur.

f) Á meðan arancini eldast skaltu hita marinara sósuna í örbylgjuofni í 45 sekúndur, eða í litlum potti á helluborðinu við lágan hita.

g) Fjarlægðu arancini úr vöfflujárninu og endurtaktu skref 5 og 6 með arancini sem eftir er. Haltu fullbúnu arancini heitu í ofninum.

h) Berið fram arancini með volgri marinara sósunni.

24. Kúrbít-Parmesan Fritters

Afrakstur: Afgreiðsla 4

Hráefni

- 2 bollar rifinn kúrbít (um 2 meðalstór kúrbít)
- $\frac{1}{2}$ tsk salt
- 1 stórt egg
- $\frac{1}{4}$ bolli mjólk
- $\frac{1}{2}$ bolli rifinn parmesanostur
- $\frac{1}{2}$ bolli alhliða hveiti
- $\frac{1}{4}$ tsk nýmalaður svartur pipar
- Nonstick eldunarsprey

Leiðbeiningar

a) Setjið kúrbítinn í sigti eða sigti og stráið $\frac{1}{4}$ teskeið af salti yfir. Látið standa í 30 mínútur. Skolaðu vel með köldu vatni. Þrýstið á til að fjarlægja umfram vökva úr kúrbítnum og þurrkið síðan með hreinu lólausu handklæði eða pappírsþurrku.

b) Forhitið vöfflujárnið á miðlungs. Forhitið ofninn á lægstu stillingu.

c) Þeytið eggið í stóra skál og bætið síðan mjólkinni og $\frac{1}{4}$ bolla af parmesan út í. Þeytið vel til að blanda saman.

d) Blandið saman hveitinu, $\frac{1}{4}$ tsk salt og pipar í lítilli skál. Blandið vel saman og hrærið í stóru skálina með eggjablöndunni. Bætið kúrbítnum út í og blandið þar til það hefur blandast vel saman.

e) Húðaðu báðar hliðar vöfflujárnsristarinnar með nonstick úða. Settu ávalar matskeiðar af kúrbítsblöndunni á vöfflujárnið og hafðu pláss á milli hverrar skeiðar svo að pönnukökurnar dreifist. Lokaðu lokinu.

f) Eldið þar til það er léttbrúnað og eldað í gegn, 3 mínútur, og takið úr vöfflujárninu.

g) Endurtaktu skref 5 og 6 með afganginum af deiginu. Haltu fullbúnu kökunum heitum í ofninum.

h) Til að bera fram skaltu setja afganginn af $\frac{1}{4}$ bolla af parmesan ofan á kökurnar.

25. Vöfflaðir Tostones

Afrakstur: Afgreiðsla 4

Hráefni

- 2 lítrar hlutlaus bragðbætt olía, eins og canola, til steikingar
- 2 gular grjónir (smá græn er fín)
- Salt, eftir smekk
- Hvítlauksdýfingarsósa

Leiðbeiningar

a) Hellið olíunni í stóran pott eða hollenskan ofn, passið að hafa nóg pláss efst í pottinum. Olían má ekki koma upp meira en hálfa leið, annars gæti hún bólað yfir þegar grjónunum er bætt við.

b) Komdu olíunni í 350 ° F á skyndilesandi hitamæli yfir miðlungshita.

c) Á meðan olían hitnar skaltu afhýða grjónin. Skerið hvorn endann af og skerið síðan 3 rifur eftir endilöngu meðfram grjónunum. Prjónaðu húðina af með fingrunum. Skerið hverja grisju í um það bil $\frac{1}{4}$ tommu þykkar sneiðar.

d) Forhitið vöfflujárnið á miðlungs. Hitið fat í ofninum á lægstu stillingu.

e) Þegar olían nær um það bil 350°F verður brauðteningur sem sleppt er í olíuna ljósbrúnn á 60 sekúndum. Steikið grjónasneiðarnar við þetta hitastig í 1 mínútu.

f) Eftir eina mínútu skaltu athuga plantain sneið til að sjá hvort það er gert. Það á að vera ljósgyllt á litinn og eldað að utan. Því grænni sem plantain er, því lengri tíma tekur það að steikja — allt að um það bil 3 mínútur.

g) Fjarlægðu steiktu grjónirnar úr olíunni með skálinni og tæmdu á disk sem er klæddur pappírshandklæði. Smá olía sem loðir við þær er í lagi - það hjálpar reyndar þegar þær fara í vöfflujárnið.

h) Settu eins margar steiktar grjónir og passa í einu lagi á vöfflujárnið og skildu eftir smá pláss fyrir þær til að stækka.

i) Ýttu hlífinni á vöfflujárninu niður til að mölva plönturnar flatar. Varúð: Lokið getur verið heitt.

j) Eldið þar til plönturnar eru orðnar djúpt gullbrúnar og mjúkar í gegn, 2 mínútur.

k) Fjarlægðu grjónirnar af vöfflujárninu. Endurtaktu skref 8 til 10 með grjónunum sem eftir eru.

l) Setjið fullunnar grjónir á heitt fat og stráið salti yfir. Berið fram með hvítlauksdýfingarsósunni.

26. Vöffluðu franskar

Afrakstur: Afgreiðsla 4

Hráefni

- Nonstick eldunarsprey
- 4 matskeiðar (½ stafur) ósaltað smjör, brætt
- 1 bolli vatn
- ½ tsk salt
- 2 bollar instant kartöfluflögur
- Tómatsósa eða majónes, til framreiðslu

Leiðbeiningar

a) Forhitið vöfflujárnið á hátt. Húðaðu báðar hliðar vöfflujárnsristarinnar með nonstick úða.

b) Blandið bræddu smjöri, vatni og salti saman í skál. Bætið kartöfluflögum út í og hrærið vel í blöndunni. Leyfðu því að standa á meðan vöfflujárnið nær tilætluðum hita. Blandan verður frekar þykk.

c) Setjið um matskeið af kartöflublöndu í vöfflujárnið fyrir hverja vöfflusteikingu. Settu eins mikið af kartöflublöndunni og þú getur á vöfflujárnsristina, lokaðu lokinu og eldaðu þar til djúpt gullbrúnt, 3 mínútur. Fjarlægðu kartöflurnar og endurtaktu, sprautaðu vöfflujárnsristinni aftur ef þarf, þar til þú hefur notað alla kartöflublönduna.

d) Berið kartöflurnar fram með tómatsósu eða majónesi.

27. Vöfflaðir laukhringir

Afrakstur: Afgreiðsla 4

Hráefni

- 1½ bolli alhliða hveiti
- ½ bolli maíssterkju
- 1 matskeið lyftiduft
- 2 tsk salt
- 2 tsk kornsykur
- 1 tsk nýmalaður svartur pipar
- 1 tsk laukduft
- 12 aura lager-stíl bjór
- ¼ bolli hlutlaus bragðbætt olía, eins og canola
- 1 stór laukur, þunnt sneið og síðan skorinn í bita sem eru ekki meira en 1 tommu langir
- Nonstick eldunarsprey

Leiðbeiningar

a) Forhitið vöfflujárnið á miðlungs. Forhitið ofninn á lægstu stillingu.

b) Í stórri skál, blandið saman hveiti, maíssterkju, lyftidufti, salti, sykri, pipar og laukdufti og hrærið til að sameina. Þeytið bjórinn út í. (Blandan mun freyða.) Hrærið olíunni saman við og síðan laukinn.

c) Húðaðu báðar hliðar vöfflujárnsristarinnar með nonstick úða.

d) Hellið um ¼ bolla af deiginu á vöfflujárnið í formi stórs hrings,

e) Hringurinn þinn verður ekki fullkominn, en þú getur notað sílikonspaða til að ýta sumum hlutum deigsins í form áður en þú lokar lokinu.

f) Eldið í 4 mínútur, eða þar til brúnt. Fjarlægðu laukhringinn af vöfflujárninu.

g) Endurtaktu skref 3 og 4 til að búa til afganginn af laukhringjunum. Haltu fullbúnum laukhringjum heitum í ofninum.

h) Berið fram heitt.

28. Vöffluð hafrakökur

AFKOMA: Gerir um 20 smákökur

Hráefni

- $\frac{1}{2}$ bolli ósaltað smjör, mildað
- $\frac{1}{2}$ bolli þétt pakkaður ljós púðursykur
- 2 stór egg
- 1 tsk hreint vanilluþykkni
- $\frac{1}{2}$ bolli alhliða hveiti
- $\frac{1}{2}$ tsk matarsódi
- $\frac{1}{4}$ teskeið salt
- $\frac{3}{4}$ bolli gamaldags rúllaðir hafrar
- $\frac{3}{4}$ bolli hálfsætar litlar súkkulaðiflögur
- Nonstick eldunarsprey

Leiðbeiningar

a) Forhitið vöfflujárnið á miðlungs.

b) Þeytið smjörið og púðursykurinn í stórri skál með rafmagnshrærivél þar til það er að mestu slétt.

c) Bætið eggjum og vanillu saman við og haltu síðan áfram að þeyta þar til þau eru að fullu samsett.

d) Blandið saman hveiti, matarsóda og salti í meðalstórri skál. Bætið þessum þurru

hráefnum við blautu hráefnin og blandið
þar til nokkrar hveitistrikir eru eftir.

e) Bætið höfrum og súkkulaðibitum saman
við og hrærið saman.

f) Húðaðu báðar hliðar
vöfflujárnsristarinnar með nonstick úða.

g) Settu hrúgafulla matskeið af deigi á
hvern vöffluhluta, leyfðu smákökunum að
dreifa sér. Lokaðu lokinu og eldaðu þar til
kökurnar eru stífnar og byrjaðar að
brúnast. Þetta mun ekki taka mjög langan
tíma - 2 eða 3 mínútur, allt eftir hita
vöfflujárnsins. Kökurnar ættu að vera
mjúkar þegar þú fjarlægir þær og stífna
þegar þær kólna.

h) Færið kökurnar yfir á vírgrind til að
kólna.

i) Endurtaktu skref 6 til 8 þar til deigið
sem eftir er hefur verið vöfflutt.

29. Red Velvet ísvöffla

AFKOMA: Gerir 8 samlokur

Hráefni

- 1¾ bollar alhliða hveiti
- ¼ bolli ósykrað kakó
- 1 tsk matarsódi
- 1 tsk salt
- 1 bolli rapsolía
- 1 bolli kornsykur
- 1 stórt egg
- 3 matskeiðar rauður matarlitur
- 1 tsk hreint vanilluþykkni
- 1½ tsk eimað hvítt edik
- ½ bolli súrmjólk
- Nonstick eldunarsprey
- 1½ lítri vanilluís
- 2 bollar hálfsætar litlar súkkulaðiflögur

Leiðbeiningar

a) Forhitið vöfflujárnið á miðlungs.

b) Í meðalstórri skál, þeytið saman hveiti, kakó, matarsóda og salt. Leggið til hliðar.

c) Í skál hrærivélar, eða með rafmagns handþeytara í stórri skál, þeytið olíu og sykur á meðalhraða þar til það er vel blandað saman. Þeytið eggið út í. Lækkið hrærivélina í lágmark og bætið rólega matarlitnum og vanillu út í.

d) Blandið edikinu og súrmjólkinni saman við. Bætið helmingnum af þessari súrmjólkurblöndu í stóru skálina með olíu, sykri og eggi. Hrærið til að blanda saman og bætið síðan helmingnum af hveitiblöndunni saman við. Skafið niður skálina og hrærið aðeins nóg til að tryggja að það sé ekkert óblandað hveiti. Bætið restinni af súrmjólkurblöndunni út í, hrærið til að blandast saman og bætið svo síðasta hveitiblöndunni út í. Hrærið aftur, bara nóg til að tryggja að það sé ekkert óblandað hveiti.

e) Húðaðu báðar hliðar vöfflujárnsristarinnar með nonstick úða. Hellið nægilega miklu deigi í vöfflujárnið til að hylja ristina, lokaðu lokinu og eldið þar til vöfflurnar eru orðnar nógu stífar til að þær náist úr vöfflujárninu, 4 mínútur.

f) Leyfið vöfflunum að kólna aðeins á rist. Notaðu eldhússkæri eða beittan hníf til að aðgreina vöfflurnar í hluta (líklega ferhyrninga, fleyga eða hjörtu, allt eftir vöfflujárninu þínu). Endurtaktu til að gera alls 16 hluta.

g) Á meðan vöfflubitarnir eru að kólna skaltu setja ísinn á borðið til að mýkjast í 10 mínútur.

h) Eftir að ísinn hefur mýkst skaltu setja helminginn af vöffluhlutunum út og nota spaða til að smyrja um 1 tommu þykkum ís á hvern þeirra. Toppið með þeim hlutum sem eftir eru til að búa til 8 samlokur. Skafið ís sem flæðir af með gúmmíspaða til að snyrtia brúnirnar.

i) Dýptu síðan brúnum íssins í skál eða grunnt fat fyllt með litlu súkkulaðiflögum.

j) Pakkið hverri samloku vel inn í plastfilmu, setjið í poka með rennilás og setjið pokann í frysti í að minnsta kosti 1 klukkustund til að leyfa ísinn að harðna. Fjarlægðu samloku nokkrum mínútum áður en hún er borin fram svo hún mýkist aðeins.

30.   Vöffluð bananabrauð

AFKOMA: Gerir 10 til 15 vöffluðar bananabrauðsneiðar

Hráefni

- 1 bolli auk 2 matskeiðar kornsykur
- 1 tsk malaður kanill
- 3 meðalstórir þroskaðir bananar, skornir í $\frac{1}{8}$ tommu þykka hringi
- 8 matskeiðar (1 stafur) ósaltað smjör, mjúkt
- $\frac{1}{2}$ bolli pakkaður ljós púðursykur
- 6 aura rjómaostur, mildaður, skorinn í um það bil 1 aura bita
- 2 stór egg
- 1 tsk hreint vanilluþykkni
- $1\frac{1}{2}$ bolli alhliða hveiti
- $\frac{1}{2}$ bolli ósoðnir gamaldags hafrar
- $1\frac{1}{2}$ tsk lyftiduft
- $\frac{1}{4}$ tsk salt OG Nonstick matreiðsluúði

Leiðbeiningar

a) Blandið 2 msk af kornsykri og kanil saman
í litla skál. Setjið sneiðar bananabitana í
litla skál og stráið þeim síðan kanil-
sykurblöndunni yfir. Hrærið til að dreifa
kanil-sykriblöndunni jafnt. Látið
bananana standa í 30 mínútur.

b) Í skálinni á hrærivélarvélinni sem er með
spaðafestingunni eða með
rafmagnshandþeytara skaltu blanda
smjörinu, bollanum sem eftir er af
strásykri og púðursykri saman þar til það
hefur blandast vel saman. Bætið
rjómaostinum saman við og blandið þar til
hann er alveg inni í sykurblöndunni. Bætið
eggjunum út í einu í einu og hrærið þar til
þau hafa rétt blandað saman við deigið.
Bætið vanillu og blandið vel saman til að
blanda saman.

c) Blandið saman hveiti, höfrum, lyftidufti
og salti í meðalstórri blöndunarskál.
Þegar búið er að blanda saman skaltu
hella hveitiblöndunni í smjör- og
sykurblönduna. Blandið þar til þurru
hráefninu er alveg blandað í blautu
hráefninu, skafið niður skálina til að
tryggja að blandan sé vel blandað saman.

d) Hellið bönunum og vökva sem safnast í skálina og blandið varlega saman til að blandast saman við.

e) Forhitið vöfflujárnið á miðlungs. Húðaðu báðar hliðar vöfflujárnsristarinnar með nonstick úða. Forhitið ofninn á lægstu stillingu.

f) Húðaðu innan í ⅓ bolla mæliglas með nonstick úða til að hjálpa til við að losa deigið. Mælið ⅓ bolla af deigi og hellið á forhitaða vöfflujárnið. Lokaðu lokinu og eldaðu þar til bananabrauðið er dökkgulbrúnt, 5 mínútur.

g) Fjarlægðu tilbúna bita af vöfflujárninu og settu það á vírgrind til að kólna aðeins. Endurtaktu skref 6 með afganginum af deiginu. Haltu fullunnum bitum heitum í ofninum.

31. Vöffluð S'mores

Afrakstur: Afgreiðsla 4

Hráefni

- Nonstick eldunarsprey
- $\frac{1}{2}$ bolli hvítt heilhveiti
- $\frac{1}{2}$ bolli alhliða hveiti
- $\frac{1}{4}$ bolli þétt pakkaður dökk púðursykur
- $\frac{1}{2}$ tsk matarsódi
- $\frac{1}{4}$ tsk salt
- Klípa af möluðum kanil
- 4 matskeiðar ($\frac{1}{2}$ stafur) ósaltað smjör, brætt
- 2 matskeiðar mjólk
- $\frac{1}{4}$ bolli hunang
- 1 matskeið hreint vanilluþykkni
- $\frac{3}{4}$ bolli hálfsætar súkkulaðiflögur
- $\frac{3}{4}$ bolli lítill marshmallows

Leiðbeiningar

a) Forhitið vöfflujárnið á miðlungs. Húðaðu báðar hliðar vöfflujárnsristarinnar með nonstick úða.

b) Blandið saman hveiti, púðursykri, matarsóda, salti og kanil í blöndunarskál.

Í sérstakri skál, þeytið saman bræddu smjöri, mjólk, hunangi og vanillu.

c) Bætið blautu hráefnunum við hveitiblönduna og hrærið þar til deig myndast.

d) Látið blönduna standa í 5 mínútur. Hann verður mun þykkari en venjulegt vöffludeig, en ekki eins þykkt og brauðdeig.

e) Mældu um $\frac{1}{4}$ bolla af deigi og settu það á einn hluta vöfflujárnsins. Endurtaktu með öðrum $\frac{1}{4}$ bolla af deigi, til að gefa þér topp og botn fyrir s'moreffle samlokuna þína.

f) Lokaðu lokinu og eldaðu þar til vöffluðu graham kexin eru enn aðeins mjúk en soðin í gegn, 3 mínútur.

g) Fjarlægðu vöffluðu graham-kexin varlega úr vöfflujárninu. Þeir verða frekar mjúkir, svo farðu varlega til að halda þeim ósnortnum. Leyfðu þeim að kólna aðeins. Endurtaktu skref 5 til 7 með restinni af deiginu.

32. Smjörmjólk Maísmjöl vöfflur

AFKOMA: 4 til 6 vöfflur; þjónar 4

Hráefni

- 1¾ bollar alhliða hveiti
- ¼ bolli fínmalað maísmjöl
- 2 tsk matarsódi
- 1 tsk salt
- 2 stór egg, aðskilin
- 1¾ bollar súrmjólk
- 4 matskeiðar ósaltað smjör, brætt og kælt
- 1 tsk hreint vanilluþykkni
- Nonstick eldunarsprey
- Smjör og hlynsíróp, til framreiðslu

Leiðbeiningar

a) Forhitið vöfflujárnið á miðlungs. Forhitið ofninn á lægstu stillingu.

b) Í stórri skál, þeytið saman hveiti, maísmjöl, matarsóda og salt. Í sérstakri skál, þeytið saman eggjarauður, súrmjólk, smjör og vanillu.

c) Þeytið eggjahvíturnar í meðalstórri skál þar til þær halda mjúkum toppum.

d) Bætið fljótandi hráefninu við þurru hráefnin á meðan blandað er varlega saman. Blandið svo eggjahvítunum saman við deigið.

e) Húðaðu báðar hliðar vöfflujárnsristarinnar með nonstick úða. Hellið deiginu í vöfflujárnið, lokaðu lokinu og eldið þar til hann er gullinbrúnn, 3 til 5 mínútur.

f) Fjarlægðu vöffluna. Til að halda því heitu skaltu setja það á grind í ofninum. Endurtaktu skref 5 til að búa til afganginn af vöfflunum.

g) Berið fram með smjöri og hlynsírópi.

33. Súkkulaði vöfflur

Gerir 8 til 10

Hráefni

- 7 aura (200 g) hálf-sætur eða bitursætur ís, valfrjálst

- súkkulaði, saxað (eða notaðu franskar)

- 4½ aura (130 g) smjör, skorið í teninga

- 2 egg

- 1½ bollar (360 ml) mjólk

- 1 tsk vanilluþykkni

- 2 bollar (260g) alhliða hveiti

- ¾ bolli (150 g) sykur

- ¼ bolli (35 g) kakóduft

- 1 tsk lyftiduft

- 1 tsk salt

- 1 (45g) bolli súkkulaðibitar

Leiðbeiningar

a) Settu upp Sear and Press Grillið með vöffluplötunum. Veldu 450°F fyrir efri og neðri plötuna. Ýttu á Start til að forhita.

b) Setjið súkkulaðið og smjörið í örbylgjuþolna skál og hitið á 100% afli í 30 sekúndur. Hrærið stöðugt þar til súkkulaði og smjör hafa bráðnað og blandan er slétt. Setjið til hliðar til að kólna aðeins.

c) Þeytið egg, mjólk og vanillu saman í stórri blöndunarskál eða könnu og hrærið í gegnum kælda súkkulaðiblönduna þar til það er slétt.

d) Sigtið hveiti, sykur, kakóduft, lyftiduft og salt saman í stóra hrærivélarskál og gerið holu í miðjunni.

e) Hellið eggjablöndunni út í og þeytið þar til hún er að mestu slétt með örfáum kekkjum. Hrærið í gegnum súkkulaðibitana.

f) Þegar forhitun er lokið; græna Ready ljósið kviknar. Bætið ½ bolli af deigi í hvern vöffluferning. Lokaðu lokinu og eldaðu þar til það er eldað í gegn og þurrt að snerta. Þetta mun taka um það bil $3\frac{1}{2}$–4 mínútur. Takið vöfflur út og setjið á grind til að kólna aðeins.

g) Endurtaktu með afganginum af deiginu. Berið fram með ís ef vill.

34. Vöfflur með soðnum rabarbara

Gerir 8 til 10

Hráefni

- 2 egg, aðskilin

- 1 pund ferskur rabarbari, snyrt og þvegið

- 1¾ bollar (420 ml) mjólk

- ¼ bolli sykur

- 1 tsk vanilluþykkni

- 4 aura (115g) smjör, brætt til að bera fram

- 1 x 4,6 únsu (130 g) pakki vanillu Duftformi, valfrjálst.

- búðingsblöndu Vanillukrem, valfrjálst.

- 2¼ bollar (295g) alhliða hveiti

- 2 tsk lyftiduft

- ¼ teskeið salt

- ½ bolli (100 g) sykur

Leiðbeiningar

a) Settu upp Sear and Press Grillið með vöffluplötunum. Veldu 410°F fyrir efri plötuna og 350°F fyrir neðri plötuna. Ýttu á Start til að forhita.

b) Fyrir steiktan rabarbara, skera rabarbarastilka í ½ tommu lengd og setja í pott með sykri og 1 bolla af vatni. Eldið við vægan hita þar til rabarbarinn er orðinn mjúkur en ekki brotinn niður. Kælið alveg.

c) Fyrir vöfflurnar, þeytið eggjarauður, mjólk, vanilluþykkni og brætt smjör saman í stórri blöndunarskál.

d) Blandið búðingsblöndu, hveiti, lyftidufti, salti og sykri saman í stóra hrærivélarskál og gerið holu í miðjunni.

e) Hellið eggja- og mjólkurblöndunni varlega út í og þeytið þar til það hefur blandast saman.

f) Þeytið eggjahvítur með rafmagnsþeytara þar til stinnir toppar myndast. Brjótið í gegnum vöffludeigið.

g) Þegar forhitun er lokið; græna Ready ljósið kviknar. Bætið ½ bolli af deigi í hvern vöffluferning.

h) Lokaðu lokinu og eldaðu þar til það er eldað í gegn og gullinbrúnt. Þetta mun taka um það bil 4 mínútur eða þar til það er eldað að þínum smekk. Takið vöfflur út og setjið á grind til að kólna aðeins.

i) Endurtaktu með afganginum af deiginu. Berið fram með þykkum vanillukremi og rabarbara; stráið flórsykri yfir.

35. Þriggja osta soufflé vöfflur

Gerir 10 til 12

Hráefni

- 4 egg, aðskilin
- 2¼ bollar (540 ml) mjólk
- 4 aura (115g) smjör, brætt
- ½ bolli (40 g) rifinn parmesan
- ½ bolli (40g) rifinn mozzarella ¼ bolli (20g) rifinn provolone
- 3L bollar (435g) alhliða hveiti
- 1 matskeið lyftiduft
- 1 tsk matarsódi
- 1 tsk kosher salt
- 1 bolli (10g) fínt saxaður graslaukur

Leiðbeiningar

a) Settu upp Sear and Press Grillið með vöffluplötunum. Veldu 450°F fyrir efri og neðri plötuna. Ýttu á Start til að forhita.

b) Blandið saman eggjarauðum, mjólk og smjöri og þeytið þar til það hefur blandast vel saman.

c) Setjið ost, hveiti, lyftiduft, matarsóda og salt í stóra blöndunarskál og gerið holu í miðjunni.

d) Hellið eggjablöndunni út í og blandið saman þar til það hefur blandast saman.

e) Þeytið eggjahvítur með rafmagnsþeytara þar til stinnir toppar myndast. Brjótið í gegnum vöffludeigið ásamt söxuðum graslauk.

f) Þegar forhitun er lokið; græna Ready ljósið kviknar. Bætið ½ bolli af deigi í hvern vöffluferning. Lokaðu lokinu og eldaðu þar til það er eldað í gegn og gullinbrúnt. Þetta mun taka um það bil 4-5 mínútur eða þar til það er eldað að þínum smekk.

36. Smjörmjólkurvöfflur

Gerir 6 vöfflur

Hráefni:

- 2 bollar alhliða hveiti
- 2 matskeiðar polenta eða þurrkaður maís
- 2 matskeiðar hvítur sykur
- $\frac{3}{4}$ teskeiðar matarsódi
- $\frac{3}{4}$ teskeiðar flögur salt
- $2\frac{1}{2}$ bollar súrmjólk
- 3 stór egg
- 1 tsk hreint vanilluþykkni
- 2/3 bolli jurtaolía

Leiðbeiningar

a) Blandið þurrum hráefnum saman í stóra blöndunarskál; þeytið þar til það hefur blandast vel saman. Í annaðhvort stórum mælibolla eða aðskildri blöndunarskál skaltu sameina afganginn af hráefninu og þeyta til að sameina.

b) Bætið fljótandi hráefninu við þurru hráefnin og þeytið þar til það er slétt.

c) Forhitaðu vöfflugerðina í æskilega stillingu (tónn heyrist þegar hann er forhitaður).

d) Hellið örlitlum bolla af deigi ofan á stútinn. Þegar tónn hljómar er vafflan tilbúin. Opnaðu vöffluvélina varlega og fjarlægðu bakaða vöffluna.

e) Lokaðu vöffluvélinni og endurtaktu með afganginum af deiginu.

37. Belgískar vöfflur

Gerir 5 vöfflur

Hráefni:

- 2 bollar alhliða hveiti
- 2 matskeiðar polenta
- $\frac{3}{4}$ teskeiðar flögur salt
- $\frac{1}{2}$ tsk matarsódi
- 2 stór egg, aðskilin
- $2\frac{1}{2}$ bollar súrmjólk
- $\frac{1}{4}$ bolli jurtaolía
- $\frac{1}{2}$ tsk hreint vanilluþykkni
- Klípa rjóma af tartar

Leiðbeiningar

a) Sameina fyrstu fjögur hráefnin í stórri blöndunarskál; þeytið þar til það hefur blandast vel saman.

b) Blandið eggjarauðunum, súrmjólkinni, olíunni og vanilluþykkni saman í annaðhvort stórum mælibolla eða aðskildri blöndunarskál og þeytið þar til það hefur blandast vel saman.

c)   Bætið fljótandi hráefninu við þurru
     hráefnin og þeytið þar til það er slétt.

d)   Setjið eggjahvítur og vínsteinsrjóma í
     sérstaka, hreina, stóra skál. Notaðu
     annað hvort þeytara eða handþeytara
     með þeytarafestingu, þeytið að miðlungs
     hámarki. Notaðu stóran spaða, bætið
     þeyttu hvítunum við afganginn af deiginu
     og blandið saman til að blanda saman –
     passið að það séu engir eggjahvítur í
     deiginu. Ef nauðsyn krefur, þeytið til að
     deigið verði slétt.

e)   Forhitaðu vöfflugerðina í æskilega
     stillingu (tónn heyrist þegar hann er
     forhitaður).

f)   Hellið fullum bolla af deigi hægt ofan á
     stútinn, passið að leyfa deiginu að renna
     inn í vöffluvélina og fyllið ekki stútinn af
     deigi í einu. Þegar tónn hljómar er
     vöfflan tilbúin.

g)   Opnaðu vöffluvélina varlega og fjarlægðu
     bakaða vöffluna. Lokaðu vöffluvélinni og
     endurtaktu með afganginum af deiginu.

38. Fjölkorna vöfflur

Gerir 4 vöfflur

Hráefni:

- 1 bolli heilmáltíð hveiti
- ½ bolli alhliða hveiti
- ¼ bolli möndlumjöl
- ¼ bolli hveitikími
- 1 tsk lyftiduft
- ½ tsk flögusalt
- ½ tsk malaður kanill
- ¼ tsk matarsódi
- 2 bollar mjólkurlaus mjólk
- 2 tsk eimað hvítt edik
- 2 stór egg
- 2 matskeiðar hreint hlynsíróp
- 1 tsk hreint vanilluþykkni
- ¼ bolli jurtaolía
- 2 matskeiðar hörfræolía

Leiðbeiningar

a) Blandið þurrum hráefnum saman í stóra blöndunarskál; þeytið þar til það hefur blandast vel saman. Í annaðhvort stórum mælibolla eða sérri hrærivélarskál skaltu sameina afganginn af hráefninu og þeyta þar til það hefur blandast vel saman.

b) Bætið fljótandi hráefninu við þurru hráefnin og þeytið þar til það er slétt.

c) Forhitaðu vöfflugerðina í æskilega stillingu (tónn heyrist þegar hann er forhitaður).

d) Hellið örlitlum bolla af deigi ofan á stútinn. Þegar tónn hljómar er vöfflan tilbúin.

e) Opnaðu vöffluvélina varlega og fjarlægðu bakaða vöffluna. Lokaðu vöffluvélinni og endurtaktu með afganginum af deiginu.

39. Bókhveiti vöfflur

Gerir 6 vöfflur

Hráefni

- 1½ bolli alhliða hveiti
- ½ bolli bókhveiti
- 2 matskeiðar polenta
- 2 matskeiðar hvítur sykur
- ¾ tsk matarsódi
- ¾ tsk flökt salt
- 2½ bollar súrmjólk
- 3 stór egg
- 1 tsk hreint vanilluþykkni
- 2/3 bolli jurtaolía

Leiðbeiningar

a) Blandið þurrum hráefnum saman í stóra blöndunarskál; þeytið þar til það hefur blandast vel saman. Í annaðhvort stórum mælibolla eða aðskildri blöndunarskál skaltu sameina afganginn af hráefninu og þeyta til að sameina.

b) Bætið fljótandi hráefninu við þurru hráefnin og þeytið þar til það er slétt.

c) Forhitið vöffluvélina í æskilega stillingu.

d) Hellið örlitlum bolla af deigi ofan á stútinn. Þegar tónn hljómar er vöfflan tilbúin. Opnaðu vöffluvélina varlega og fjarlægðu bakaða vöffluna.

e) Lokaðu vöffluvélinni og endurtaktu með afganginum af deiginu.

40. Vöfflur ávextir & hlynsíróp

Gerir 3 vöfflur

Hráefni:

- 1½ bolli hrísgrjónamjöl
- ¼ bolli tapíóka sterkja
- 2 matskeiðar mjólkurduft
- 2 matskeiðar hvítur sykur
- 2 tsk lyftiduft
- ¾ tsk flögusalt
- 1½ bolli súrmjólk
- 1 stórt egg
- 2 tsk hreint vanilluþykkni
- 1/3 bolli jurtaolía

Leiðbeiningar

a) Blandið þurrum hráefnum saman í stóra blöndunarskál; þeytið þar til það hefur blandast vel saman. Í annaðhvort stórum mælibolla eða aðskildri blöndunarskál skaltu sameina afganginn af hráefninu og þeyta til að sameina.

b) Bætið fljótandi hráefninu við þurru hráefnin og þeytið þar til það er slétt.

c) Forhitaðu vöfflugerðina í æskilega stillingu (tónn heyrist þegar hann er forhitaður).

d) Hellið 1 fullum bolla af deigi ofan á stútinn. Þegar tónn hljómar er vafflan tilbúin. Opnaðu vöffluvélina varlega og fjarlægðu bakaða vöffluna.

e) Lokaðu vöffluvélinni og endurtaktu með afganginum af deiginu.

41. Polenta og graslauksvöfflur

Gerir 6 vöfflur

Hráefni:

- 2 bollar alhliða hveiti
- ½ bolli polenta eða þurrkaður maís
- 1 tsk flökt salt
- ¾ teskeiðar matarsódi
- 2½ bollar súrmjólk
- 3 stór egg
- 2/3 bolli jurtaolía
- ¼ bolli fínt saxaður ferskur graslaukur

Leiðbeiningar

a) Blandið saman hveiti, polentu, salti og matarsóda í stórri blöndunarskál; þeyta til að sameina. Í annaðhvort stórum mælibolla eða aðskildri blöndunarskál skaltu sameina fljótandi hráefni og þeyta til að sameina.

b) Bætið við þurru hráefnin og þeytið þar til slétt. Bætið graslauknum saman við.

c) Forhitaðu vöfflugerðina í æskilega stillingu (tónn heyrist þegar hann er forhitaður).

d) Hellið örlitlum bolla af deigi ofan á stútinn. Þegar tónn hljómar er vafflan tilbúin. Opnaðu vöffluvélina varlega og fjarlægðu bakaða vöffluna.

e) Lokaðu vöffluvélinni og endurtaktu með afganginum af deiginu.

42. Kryddost-vöfflur

Gerir 6 vöfflur

Hráefni:

- 2 bollar alhliða hveiti
- ¼ bolli polenta eða þurrkaður maís
- ¾ teskeiðar matarsódi
- ½ tsk flögusalt
- ¼ tsk cayenne pipar
- 2½ bollar súrmjólk
- 2 stór egg
- 2/3 bolli jurtaolía
- ½ bolli fínt rifinn cheddar

Leiðbeiningar

a) Blandið hveiti, polentu, matarsóda, salti
    og kryddi saman í stóra blöndunarskál;
    þeyta til að sameina.

b) Í annaðhvort stórum mælibolla eða
    aðskildri blöndunarskál skaltu sameina
    fljótandi hráefni og þeyta til að sameina.
    Bætið við þurru hráefnin og þeytið þar til
    slétt. Brjóttu Cheddarinn saman við.

c) Forhitaðu vöfflugerðina í æskilega stillingu (tónn heyrist þegar hann er forhitaður).

d) Hellið örlitlum bolla af deigi hægt ofan á stútinn, passið að leyfa deiginu að renna inn í vöffluvélina og fyllið ekki stútinn af deigi í einu.

e) Þegar tónn hljómar er vöfflan tilbúin.

f) Opnaðu vöffluvélina varlega og fjarlægðu bakaða vöffluna.

g) Lokaðu vöffluvélinni og endurtaktu með afganginum af deiginu.

43. Kjúklingur & Vöfflur

Gerir 8 skammta

Hráefni:

- 2 bollar súrmjólk
- 1 msk heit sósa
- 1 msk sinnep að hætti Dijon
- 1½ tsk flögusalt, skipt
- 1½ tsk nýmalaður svartur pipar
- 8 beinlausar, roðlausar kjúklingabringur (700 g), þunnar þunnar
- 2 bollar alhliða hveiti
- 1½ tsk lyftiduft
- 1 tsk paprika
- Jurtaolía til steikingar
- 4 tilbúnar Polenta & Graslauksvöfflur

Leiðbeiningar

a) Hrærið saman súrmjólk, heitri sósu, sinnepi, 1 tsk salt og 1 tsk nýmalaður pipar í meðalstórri skál sem ekki hvarfast.

b) Bætið kjúklingabitunum saman við og
    hjúpið vel með súrmjólkurblöndunni.
    Geymið í kæli yfir nótt.

c) Blandið saman hveiti, lyftidufti, papriku
    og restinni af salti og pipar í grunnri
    blöndunarskál.

d) Forhitaðu djúpsteikingarvélina þína í
    190°C.

e) Á meðan olían er að hitna, klæðið
    bökunarpönnu með pappírshandklæði og
    stingið kæligrind inn í pönnuna;
    varasjóður.

f) Fjarlægðu kjúklinginn úr
    súrmjólkurblöndunni og húðaðu hvern
    kjúklingabita létt jafnt með
    hveitiblöndunni, taktu burt allt umfram.

g) Steikið kjúklinginn í skömmtum, um 3
    mínútur á hlið. Innra hitastig kjúklinga
    ætti að vera 80°C. Flyttu yfir á tilbúna
    kæligrind.

h) Smyrjið smjöri eða majónesi á hverja
    vöfflu og setjið síðan 2 kjúklingabita

ofan á; dreypið bragðmikilli sætri sósu
ofan á.

44. Sítrónu- og valmúfrævöfflur

Gerir 6 vöfflur

Hráefni:
- 2 bollar alhliða hveiti
- 2 matskeiðar polenta
- 2 matskeiðar hvítur sykur
- 2 matskeiðar valmúafræ
- $\frac{3}{4}$ teskeiðar matarsódi
- $\frac{3}{4}$ teskeiðar flögur salt
- $2\frac{1}{2}$ bollar súrmjólk
- 2 stór egg
- 1 msk rifinn sítrónubörkur
- 1 tsk ferskur sítrónusafi
- 1 tsk hreint vanilluþykkni
- 2/3 bolli jurtaolía

Leiðbeiningar

a) Blandið öllum þurru hráefnunum saman í stóra blöndunarskál; þeytið þar til það hefur blandast vel saman. Í annaðhvort stórum mælibolla eða aðskildri blöndunarskál skaltu sameina afganginn af hráefninu og þeyta til að sameina.

b) Bætið fljótandi hráefninu við þurru hráefnin og þeytið þar til það er slétt.

c) Forhitið vöffluvélina í æskilega stillingu.

d) Hellið örlitlum bolla af deigi ofan á stútinn. Þegar tónn hljómar er vafflan tilbúin. Opnaðu vöffluvélina varlega og fjarlægðu bakaða vöffluna.

e) Lokaðu vöffluvélinni og endurtaktu með afganginum af deiginu.

45. Ricotta og hindberja vöfflur

Gerir 6 vöfflur

Hráefni:

- 2 bollar alhliða hveiti
- 2 matskeiðar polenta
- 2 matskeiðar hvítur sykur
- $\frac{3}{4}$ teskeiðar matarsódi
- $\frac{3}{4}$ teskeiðar flögur salt
- 2 bollar súrmjólk
- 2 stór egg
- 2/3 bolli ricotta
- 1 tsk hreint vanilluþykkni
- $\frac{1}{2}$ bolli jurtaolía
- $\frac{1}{4}$ bolli hindberjasulta/soðið

Leiðbeiningar

a) Blandið þurrum hráefnum saman í stóra blöndunarskál; þeytið þar til það hefur blandast vel saman. Í annaðhvort stórum mælibolla eða aðskildri blöndunarskál skaltu sameina súrmjólk, egg, ricotta, vanilluþykkni og olíu; þeyta til að sameina.

b) Bætið fljótandi hráefninu við þurru hráefnin og þeytið þar til það er slétt. Setjið sultuna/soðið yfir deigið og hrærið í.

c) Forhitaðu vöfflugerðina í æskilega stillingu (tónn heyrist þegar hann er forhitaður).

d) Hellið örlitlum bolla af deigi hægt ofan á stútinn, passið að leyfa deiginu að renna inn í vöffluvélina og fyllið ekki stútinn af deigi í einu.

e) Þegar tónn hljómar er vöfflan tilbúin. Opnaðu vöffluvélina varlega og fjarlægðu bakaða vöffluna.

f) Lokaðu vöffluvélinni og endurtaktu með afganginum af deiginu.

46. Banana vöfflur

Gerir 6 vöfflur

Hráefni:

- 2 bollar alhliða hveiti
- 2 matskeiðar polenta eða þurrkaður maís
- 2 matskeiðar ljós púðursykur
- $\frac{3}{4}$ tsk matarsódi
- $\frac{3}{4}$ teskeiðar flögur salt
- $\frac{1}{4}$ tsk malaður kanill
- 2 bollar súrmjólk
- 2 stór egg
- 1 bolli maukaður banani
- 2 tsk hreint vanilluþykkni
- 2/3 bolli jurtaolía

Leiðbeiningar

a) Blandið þurrum hráefnum saman í stóra blöndunarskál; þeytið þar til það hefur blandast vel saman.

b) Í annaðhvort stórum mælibolla eða aðskildri blöndunarskál skaltu sameina afganginn af hráefninu og þeyta saman (vertu viss um að bananinn sé vel blandaður.

c) Ef það eru einhverjir kekkir er hægt að slétta þá út með því að nota staf- eða borðblöndunartæki eða matvinnsluvél).

d) Bætið vökvahráefnunum við þurrefnið og þeytið þar til það er slétt.

e) Forhitaðu vöfflugerðina í æskilega stillingu (tónn heyrist þegar hann er forhitaður).

f) Hellið örlitlum bolla af deigi ofan á stútinn. Þegar tónn hljómar er vafflan tilbúin. Opnaðu vöffluvélina varlega og fjarlægðu bakaða vöffluna.

g) Lokaðu vöffluvélinni og endurtaktu með afganginum af deiginu.

47. Súkkulaði vöfflur

Gerir 6 vöfflur

Hráefni:
- 2 bollar alhliða hveiti
- ½ bolli hvítur sykur
- 2/3 bolli ósykrað kakóduft, sigtað
- 2 tsk lyftiduft
- ½ tsk matarsódi
- ½ tsk flögusalt
- ½ tsk malaður kanill
- 2½ bollar súrmjólk
- 2 stór egg
- 1 tsk hreint vanilluþykkni
- 1/3 bolli jurtaolía
- ½ bolli hálfsætt mini súkkulaði
- bitar

Leiðbeiningar

a) Blandið saman hveiti, sykri, kakódufti, lyftidufti, matarsóda, salti og kanil í stóra blöndunarskál; þeyta til að blanda saman.

b) Í annaðhvort stórum mælibolla eða aðskildri blöndunarskál skaltu sameina fljótandi hráefni og þeyta til að sameina.

c) Bætið við þurru hráefnin og þeytið þar til slétt. Brjótið bitunum saman við.

d) Forhitaðu vöfflugerðina í æskilega stillingu (tónn heyrist þegar hann er forhitaður).

e) Hellið örlitlum bolla af deigi ofan á stútinn. Þegar tónn hljómar er vöfflan tilbúin. Opnaðu vöffluvélina varlega og fjarlægðu bakaða vöffluna.

f) Lokaðu vöffluvélinni og endurtaktu með afganginum af deiginu.

48. Kanill-sykurvöfflur

Gerir 6 vöfflur

Hráefni:

- 2 bollar alhliða hveiti
- 2 matskeiðar polenta eða þurrkaður maís
- $\frac{1}{4}$ bolli pakkaður ljós eða dökk púðursykur
- 1 tsk malaður kanill
- $\frac{3}{4}$ tsk matarsódi
- $\frac{3}{4}$ tsk flögusalt
- 2$\frac{1}{2}$ bollar súrmjólk
- 2 stór egg
- 1 tsk hreint vanilluþykkni
- 2/3 bolli jurtaolía

Leiðbeiningar

a) Blandið þurrum hráefnum saman í stóra blöndunarskál; þeytið þar til það hefur blandast vel saman.

b) Í annaðhvort stórum mælibolla eða aðskildri blöndunarskál skaltu sameina afganginn af hráefninu og þeyta til að sameina.

c) Bætið við þurru hráefnin og þeytið þar til slétt.

d) Forhitaðu vöfflugerðina í æskilega stillingu (tónn heyrist þegar hann er forhitaður).

e) Hellið örlitlum bolla af deigi ofan á stútinn. Þegar tónn hljómar er vafflan tilbúin. Opnaðu vöffluvélina varlega og fjarlægðu bakaða vöffluna.

f) Lokaðu vöffluvélinni og endurtaktu með afganginum af deiginu.

49. Jarðarberja-Shortcake vöfflur

Gerir 4 skammta

Hráefni:
- 1 lítri fersk jarðarber, afhýdd og skorin í sneiðar
- 3 matskeiðar hvítur sykur
- Klípaðu flögu salti
- 1 bolli þykkt rjómi
- 3 matskeiðar konfektsykur
- ½ tsk hreint vanilluþykkni
- tilbúnar vöfflur

Leiðbeiningar

a) Í meðalstórri blöndunarskál, hrærið jarðarberjum, hvítum sykri og klípu af salti saman við. Setjið til hliðar til að blandast þar til tilbúið til framreiðslu.

b) Blandið saman þungum rjóma, flórsykri, vanillu og salti í stóra blöndunarskál.

c) Notaðu handþeytara sem er með þeytarafestingunni og þeytið þar til meðalmjúkum toppum er náð. Áskilið.

d) Til að bera fram, toppið með þeyttum rjóma, síðan eitthvað af sýrðum jarðarberjum.

e) Dreypið dálitlu af safanum úr jarðarberjunum (sem safnað er neðst á blöndunarskálinni) yfir jarðarberin. Stráið flórsykri yfir ef vill.

f) Fyrir hverja vöfflu ættirðu aðeins að þurfa um 1/3 bolla af þeyttum rjóma og 1/3 bolla af jarðarberjum.

Pönnukökur

50. Rauðar flauelspönnukökur

Hráefni:

Álegg

- ½ bolli venjulegt kefir
- 2 matskeiðar flórsykur

Pönnukökur

- 1¾ bollar gamaldags rúllaðir hafrar
- 3 matskeiðar kakóduft
- 1½ tsk lyftiduft
- 1 tsk matarsódi
- ¼ teskeið salt
- 3 matskeiðar hlynsíróp
- 2 matskeiðar kókosolía (brætt)
- 1½ bolli 2% léttmjólk
- 1 stórt egg
- 1 tsk rauður matarlitur
- Súkkulaðispænir eða franskar, til framreiðslu

Leiðbeiningar

a) Fyrir áleggið, bætið báðum hráefnunum í litla skál og hrærið þar til það hefur blandast saman. Leggið til hliðar.

b) Fyrir pönnukökurnar, bætið öllum hlutum í háhraða blandara og hrærið á hátt til að verða fljótandi. Gakktu úr skugga um að allt sé vel blandað.

c) Látið deigið hvíla í 5 til 10 mínútur. Þetta gerir allt hráefninu kleift að koma saman og gefur deiginu betri þéttleika.

d) Sprautaðu ljúffengri pönnu eða pönnu ríkulega með jurtaolíu og hitaðu við meðalhita.

e) Þegar pönnuna er orðin heit, bætið deiginu út í með því að nota $\frac{1}{4}$ bolla mæliglas og hellið deiginu í pönnuna til að búa til pönnukökuna. Notaðu mælibikarinn til að móta pönnukökuna.

f) Eldið þar til hliðarnar virðast stífnar og loftbólur myndast í miðjunni (um það bil 2 til 3 mínútur), snúið síðan pönnukökunni við.

g) Þegar pönnukakan er elduð á þeirri hlið skaltu taka pönnukökuna af hellunni og setja á disk.

h) Haltu áfram þessum skrefum með restinni af deiginu.

i) Stakkið og berið fram með áleggi og súkkulaðibitum.

51. Dökk súkkulaði pönnukökur

Hráefni:

Fylling

- 1 bolli dökkt súkkulaðibitar
- ½ bolli þungur þeyttur rjómi

Pönnukökur

- 1¾ bollar gamaldags rúllaðir hafrar
- 1½ tsk lyftiduft
- 1 tsk matarsódi
- ½ tsk kanill
- ¼ tsk salt
- 2 matskeiðar kókosolía (bræt)
- 1 matskeið hlynsíróp
- 1 tsk vanilluþykkni
- 1½ bolli 2% léttmjólk
- 1 stórt egg
- Púðursykur og jarðarber í sneiðum, til framreiðslu

Leiðbeiningar

Fyrir áfyllinguna

a) Hellið súkkulaðibitunum í skál og hellið rjómanum í lítinn pott.

b) Hitið rjómann þar til brúnirnar bóla og hellið svo yfir súkkulaðið.

c) Látið súkkulaðið standa í 2 mínútur (þetta hjálpar súkkulaðinu að bráðna), hrærið svo saman til að mynda þykkan ganache.

d) Klæðið bökunarplötu með bökunarpappír.

e) Olía að innan í 2 tommu kringlótt kexskúffu.

f) Hellið 1 tsk af súkkulaðinu í kökuformið og dreifið úr því þannig að það myndist hring. Fjarlægðu skerið og haltu áfram að gera ganache-hringi (ætti að gefa um sex).

g) Setjið ofnplötuna inn í frysti og frystið ganache í að minnsta kosti 4 klukkustundir til yfir nótt.

Fyrir pönnukökurnar

a) Bætið öllum hlutum, nema jarðarberjunum, í háhraða blandara og hrærið á hátt til að verða fljótandi. Gakktu úr skugga um að allt sé vel blandað.

b) Hellið deiginu í skál og látið standa í 2 til 3 mínútur. Þetta gerir deiginu kleift að þykkna þannig að það haldi í súkkulaðið þegar pönnukökunum er snúið við.

c) Sprautaðu ljúffengri pönnu eða pönnu ríkulega með jurtaolíu og hitaðu við meðalhita.

d) Þegar pönnuna er orðin heit skaltu nota $\frac{1}{4}$ bolla mæliglas til að hella deiginu í pönnu.

e) Dreifið deiginu varlega í hringlaga form með mæliglasinu.

f) Setjið 1 frosinn ganache-hring (snúinn þannig að kekkjuhliðin sé niður) í miðju deigsins og þrýstið honum varlega ofan í deigið. Hellið meiri deigi yfir ganache hringinn þar til hann er þakinn.

g) Eldið þar til deigið er orðið þurrt að snerta (um það bil 3 til 4 mínútur), snúið síðan pönnukökunni varlega við.

h) Haltu áfram að elda þar til hin hliðin á pönnukökunni er gullinbrún.

i) Þegar pönnukakan er elduð á þeirri hlið, takið hana af hellunni og setjið á disk.

j) Haldið áfram með afganginn af deiginu og súkkulaðinu.

k) Berið fram pönnukökur með flórsykri og sneiðum jarðarberjum.

52. Ananaspönnukökur á hvolfi

Hráefni:

- 1 (20 aura) dós ananashringir (tæmd)
- 1¾ bollar gamaldags rúllaðir hafrar
- 1½ tsk lyftiduft
- 1 tsk matarsódi
- ½ tsk kanill
- ¼ tsk salt
- 2 matskeiðar hlynsíróp
- 2 matskeiðar kókosolía (brætt)
- 1½ bolli 2% léttmjólk
- 1 stórt egg
- Púðursykur
- Maraschino kirsuber (afstofnuð og skorin í tvennt), til framreiðslu

Leiðbeiningar

a) Settu ananashringina á tvöfalt lag af pappírsþurrkum til að tæma umfram vökva.

b) Bætið öllum hlutum, nema ananas, púðursykri og maraschino kirsuberjum, í háhraða blandara og hrærið á hátt til að verða fljótandi. Gakktu úr skugga um að allt sé vel blandað.

c) Hellið deiginu í skál og látið standa í 2 til 3 mínútur. Þetta gerir deiginu kleift að þykkna þannig að það geti haldið þessum ananashringjum þegar þú snýrð pönnukökunum við.

d) Sprautaðu ljúffengri pönnu eða pönnu ríkulega með jurtaolíu og hitaðu við meðalhita.

e) Þegar pönnuna er orðin heit skaltu nota $\frac{1}{4}$ bolla mæliglas til að hella deiginu í pönnuna. Dreifið deiginu varlega í hringlaga form með mæliglasinu.

f) Setjið ananashring í miðju deigsins og þrýstið honum varlega ofan í deigið. Stráið smá púðursykri létt á ananashringinn.

g) Eldið þar til deigið er orðið þurrt að snerta (um það bil 3 til 4 mínútur), snúið síðan pönnukökunni varlega við.

h) Haldið áfram að elda þar til ananasinn er góður og karamellaður.

i) Þegar pönnukakan er elduð á þeirri hlið, takið hana af hellunni og setjið á disk.

j) Berið hverja pönnuköku fram með maraschino kirsuberjum sem er sett í miðju ananasins.

53. Sítrónu marengspönnukökur

Hráefni:

Marengs

- 4 stórar eggjahvítur
- 3 matskeiðar sykur

Pönnukökur

- 2 egg
- ½ bolli kotasæla
- ½ tsk vanilluþykkni
- 1 matskeið hunang
- ¼ bolli speltmjöl
- ½ tsk lyftiduft
- ¼ tsk matarsódi
- 2 tsk sykurlaus sítrónu Jell-O blanda

Leiðbeiningar

Fyrir marengsinn

a) Bætið eggjahvítunum í blöndunarskál og þeytið þar til mjúkir toppar myndast. Mjúkir toppar myndast þegar þú dregur þeytarana úr blöndunni og toppurinn myndast en fellur fljótt.

b) Bætið sykrinum út í eggjahvíturnar og þeytið áfram þar til stífir toppar myndast. Stífir toppar verða þegar þú dregur þeytarana úr blöndunni og toppurinn myndast og heldur lögun sinni.

c) Leggið marengsinn til hliðar.

d) Þeytið eggin, kotasæluna, vanilluna og hunangið saman og setjið til hliðar.

e) Í annarri skál, þeytið þurru hráefnin saman þar til það hefur blandast vel saman.

f) Bætið blautu hráefninu við þurru hráefnin og þeytið þar til það hefur blandast vel saman.

g) Sprautaðu ljúffengri pönnu eða pönnu ríkulega með jurtaolíu og hitaðu við meðalhita.

h) Þegar pönnuna er orðin heit, bætið deiginu út í með því að nota $\frac{1}{4}$ bolla mæliglas og hellið deiginu í pönnuna til að búa til pönnukökuna. Notaðu mælibikarinn til að móta pönnukökuna.

i) Eldið þar til hliðarnar virðast stífnar og loftbólur myndast í miðjunni (um það bil 2 til 3 mínútur), snúið síðan pönnukökunni við.

j) Þegar pönnukakan er elduð á þeirri hlið skaltu taka pönnukökuna af hellunni og setja á disk.

k) Haltu áfram þessum skrefum með restinni af deiginu.

l) Toppið pönnukökur með marengsinum.

m) Til að rista marengsinn geturðu annaðhvort notað kyndil til að brúna brúnirnar létt eða þú getur stungið pönnukökunum ofan á undir heitum káli í 2 til 3 mínútur.

54. Kanilsnúðapönnukökur

Hráefni:

Cashew rjómaostur álegg

- 1 bolli hráar kasjúhnetur
- ⅓ bolli vatn
- 2 matskeiðar hunang
- 1 tsk eplaedik
- 1 tsk sítrónusafi
- ½ tsk vanilluþykkni
- ½ tsk kosher salt

Kanilfylling

- ½ bolli púðursykur
- 4 matskeiðar smjör, brætt
- 3 tsk kanill

Pönnukökur

- 1¾ bollar gamaldags rúllaðir hafrar
- 1½ tsk lyftiduft
- 1 tsk matarsódi
- ½ tsk kanill
- ¼ teskeið salt
- 2 matskeiðar kókosolía, brætt
- 1 matskeið hlynsíróp
- 1 stórt egg
- 1 tsk vanilluþykkni
- 1½ bolli 2% léttmjólk

Leiðbeiningar

a) Leggið kasjúhnetur í bleyti í vatni yfir nótt.

b) Tæmið kasjúhneturnar og bætið þeim síðan í blandara ásamt restinni af hráefninu.

c) Blandaðu kasjúhnetublöndunni þar til hún er rjómalöguð og hefur enga kekki.

d) Skafið áleggið í ílát með litlu loki og setjið til hliðar.

Fyrir kanilfyllinguna

a) Bætið öllum hráefnunum saman við og hrærið til að sameina, vertu viss um að þú hafir brotið niður kekki.

b) Hellið þessari blöndu í samlokupoka. Þú ætlar að skera hornoddinn af pokanum og nota hann sem kreistupoka til að setja kanilsnúðinn á pönnukökurnar.

Fyrir pönnukökurnar

a) Bætið öllu hráefninu í blandara. Bráðna kókosolían gæti harðnað þegar hún er sameinuð kaldari hráefnum, svo þú getur hitað mjólkina örlítið til að koma í veg fyrir að þetta gerist ef þú vilt.

b) Blandaðu öllu í blandarann þar til þú hefur sléttan vökva.

c) Hellið pönnukökublöndunni í stóra skál.

d) Látið deigið hvíla í 5 til 10 mínútur. Þetta gerir allt hráefninu kleift að koma saman og gefur deiginu betri þéttleika.

e) Sprautaðu ljúffengri pönnu eða pönnu ríkulega með jurtaolíu og hitaðu við meðalhita.

f) Þegar potturinn er orðinn heitur, bætið þá deiginu út í með því að nota $\frac{1}{4}$ bolla mæliglas og hellið deiginu á pönnuna til að búa til pönnukökuna. Dreifið deiginu varlega í hringlaga form með mæliglasinu.

g) Skerið oddinn úr pokanum af kanilfyllingunni og kreistið kanilsnúða á pönnukökuna.

h) Eldið þar til hliðarnar virðast stífnar og loftbólur myndast í miðjunni (um það bil 2 til 3 mínútur), snúið síðan pönnukökunni við.

i) Þegar pönnukakan er elduð á þeirri hlið skaltu taka pönnukökuna af hellunni og setja á disk.

j) Berið fram pönnukökur með Cashew rjómaostáleggginu.

55. Kefir pönnukökur

Hráefni:

- 1½ bolli speltmjöl
- 1½ tsk lyftiduft
- 1 tsk matarsódi
- ½ tsk salt
- 2 matskeiðar kókosolía, brætt
- 2 stór egg, þeytt
- ¼ bolli 2% léttmjólk
- 1¼ bollar venjulegt kefir, aðeins hitað
- ¼ bolli hlynsíróp
- Bláber, til að bera fram (valfrjálst)

Leiðbeiningar

a) Bætið hveiti, lyftidufti, matarsóda og salti í stóra skál og þeytið til að blandast vel saman.

b) Bætið afganginum af hráefninu í aðra skál og þeytið til að blandast vel saman. Bráðna kókosolían gæti harðnað þegar hún er sameinuð kaldari hráefnum, svo þú getur hitað mjólkina örlítið til að koma í veg fyrir að þetta gerist ef þú vilt.

c) Hellið blautu hráefninu í þurru hráefnin og þeytið saman þar til öll hráefnin eru blaut.

d) Látið deigið hvíla í 2 til 3 mínútur. Þetta gerir allt hráefninu kleift að koma saman og gefur deiginu betri þéttleika.

e) Sprautaðu ljúffengri pönnu eða pönnu ríkulega með jurtaolíu og hitaðu við meðalhita.

f) Þegar pönnuna er orðin heit, bætið deiginu út í með því að nota $\frac{1}{4}$ bolla mæliglas og hellið deiginu í pönnuna til að búa til pönnukökuna. Notaðu mælibikarinn til að móta pönnukökuna.

g) Eldið þar til hliðarnar virðast stífnar og loftbólur myndast í miðjunni (um það bil 2 til 3 mínútur), snúið síðan pönnukökunni við.

h) Þegar pönnukakan er elduð á þeirri hlið skaltu taka pönnukökuna af hellunni og setja á disk.

i) Haltu áfram þessum skrefum með restinni af deiginu. Berið fram með bláberjum, ef vill.

56. Kotasælupönnukökur

Hráefni:

- $\frac{1}{4}$ bolli speltmjöl
- $\frac{1}{2}$ tsk lyftiduft
- $\frac{1}{4}$ tsk matarsódi
- $\frac{1}{8}$ teskeið kanill
- $\frac{1}{8}$ teskeið salt
- 2 stór egg, þeytt
- $\frac{1}{2}$ bolli 2% fituskertur kotasæla
- 1 matskeið hunang
- $\frac{1}{2}$ tsk vanilluþykkni
- Jarðarber, til að bera fram (valfrjálst)

Leiðbeiningar

a) Bætið öllu þurru hráefninu í skál og þeytið þar til það hefur blandast vel saman.

b) Þeytið blautu hráefninu saman í sérstakri skál.

c) Bætið blautu hráefninu við þurru hráefnin og þeytið til að blanda þeim vel saman.

d) Látið deigið hvíla í 5 til 10 mínútur. Þetta gerir öllum hráefnum kleift að koma saman og gefur þér betri samkvæmni fyrir deigið.

e) Sprautaðu ljúffengri pönnu eða pönnu ríkulega með jurtaolíu og hitaðu við meðalhita.

f) Þegar pönnuna er orðin heit, bætið deiginu út í með því að nota ¼ bolla mæliglas og hellið deiginu í pönnuna til að búa til pönnukökuna. Notaðu mælibikarinn til að móta pönnukökuna.

g) Eldið þar til hliðarnar virðast stífnar og loftbólur myndast í miðjunni (um það bil 2 til 3 mínútur), snúið síðan pönnukökunni við.

h) Þegar pönnukakan er elduð á þeirri hlið skaltu taka pönnukökuna af hellunni og setja á disk.

i) Haltu áfram þessum skrefum með restinni af deiginu. Berið fram með jarðarberjum, ef vill.

57. Haframjöl pönnukökur

Hráefni:

- 1¾ bollar gamaldags rúllaðir hafrar
- 1½ tsk lyftiduft
- 1 tsk matarsódi
- ½ tsk kanill
- ¼ tsk salt
- 2 matskeiðar kókosolía, brætt
- 1 matskeið hlynsíróp
- 1 stórt egg
- 1 tsk vanilluþykkni
- 1½ bolli 2% léttmjólk
- Jarðarber og bláber, til að bera fram (valfrjálst)

Leiðbeiningar

a) Bætið öllu hráefninu í blandara. Bráðna kókosolían gæti harðnað þegar hún er sameinuð kaldari hráefnum, svo þú getur hitað mjólkina örlítið til að koma í veg fyrir að þetta gerist ef þú vilt.

b) Blandaðu öllu í blandarann þar til þú hefur sléttan vökva.

c) Hellið pönnukökublöndunni í stóra skál.

d) Látið deigið hvíla í 5 til 10 mínútur. Þetta gerir allt hráefninu kleift að koma saman og gefur deiginu betri þéttleika.

e) Sprautaðu ljúffengri pönnu eða pönnu ríkulega með jurtaolíu og hitaðu við meðalhita.

f) Þegar pönnuna er orðin heit, bætið deiginu út í með því að nota $\frac{1}{4}$ bolla mæliglas og hellið deiginu í pönnuna til að búa til pönnukökuna. Notaðu mælibikarinn til að móta pönnukökuna.

g) Eldið þar til hliðarnar virðast stífnar og loftbólur myndast í miðjunni (um það bil 2 til 3 mínútur), snúið síðan pönnukökunni við.

h) Þegar pönnukakan er elduð á þeirri hlið skaltu taka pönnukökuna af hellunni og setja á disk.

i) Haltu áfram þessum skrefum með restinni af deiginu. Berið fram með berjum, ef vill.

58. 3-Hráefni pönnukökur

Hráefni:

- 1 þroskaður banani, auk fleiri til að bera fram
- 2 stór egg
- $\frac{1}{2}$ tsk lyftiduft

Leiðbeiningar

a) Bætið banananum í skál og stappið hann þar til hann er orðinn góður og rjómalöguð—engir kekkir.

b) Brjótið eggin í aðra skál og þeytið þar til þau hafa blandast vel saman.

c) Bætið lyftiduftinu í bananaskálina og hellið svo eggjunum út í. Peytið til að blanda öllu alveg saman.

d) Sprautaðu ljúffengri pönnu eða pönnu ríkulega með jurtaolíu og hitaðu við meðalhita.

e) Þegar pönnuna er orðin heit skaltu bæta 2 matskeiðum af deigi í pönnuna til að búa til pönnukökuna.

f) Eldið þar til hliðarnar virðast stífnar (þú munt ekki sjá neinar loftbólur), snúðu síðan pönnukökunni varlega við.

g) Þegar pönnukakan er elduð á þeirri hlið,
    takið hana af hellunni og setjið á disk.

h) Haltu áfram þessum skrefum með
    restinni af deiginu. Berið fram með
    sneiðum banana, ef vill.

59. Möndlusmjörspönnukökur

Hráefni:

- 1 stórt egg
- 1 msk kókosolía, brætt
- 1 matskeið hlynsíróp
- 1 msk möndlusmjör, auk meira til að bera fram
- 1 tsk lyftiduft
- ½ tsk vanilluþykkni
- ¼ teskeið salt
- ½ bolli 2% léttmjólk
- ¾ bolli speltmjöl
- Kirsuber, til að bera fram (valfrjálst)

Leiðbeiningar

a) Í stórri skál, bætið egginu, kókosolíu, hlynsírópi, möndlusmjöri, lyftidufti, vanillu og salti saman við og þeytið síðan til að blandast vel saman.

b) Bætið mjólkinni við blönduna og þeytið aftur til að blanda saman.

c) Bætið hveitinu út í blönduna og þeytið til að blanda hráefninu vel saman.

d) Látið deigið hvíla í 2 til 3 mínútur. Þetta gerir deiginu kleift að þykkna svo að öll hráefnin nái saman.

e) Sprautaðu ljúffengri pönnu eða pönnu ríkulega með jurtaolíu og hitaðu við meðalhita.

f) Þegar pönnuna er orðin heit, bætið deiginu út í með því að nota $\frac{1}{4}$ bolla mæliglas og hellið deiginu í pönnuna til að búa til pönnukökuna. Notaðu mælibikarinn til að móta pönnukökuna.

g) Eldið þar til hliðarnar virðast stífnar og loftbólur myndast í miðjunni (um það bil 2 til 3 mínútur), snúið síðan pönnukökunni við.

h) Þegar pönnukakan er elduð á þeirri hlið skaltu taka pönnukökuna af hellunni og setja á disk.

i) Haltu áfram þessum skrefum með restinni af deiginu.

j) Berið fram pönnukökur með bræddu möndlusmjöri og kirsuberjum, ef vill. Til að bræða möndlusmjör skaltu ausa æskilegu magni í örbylgjuofnþolið fat og hita á hátt með 30 sekúndna millibili þar til það bráðnar. Hrærið á milli upphitunar.

60. Tiramisú pönnukökur

Hráefni:

- 1¾ bollar gamaldags rúllaðir hafrar
- 1½ msk sykurlaus vanillu Jell-O búðing blanda
- 2 tsk instant espresso
- 1½ tsk kakóduft
- 1½ tsk lyftiduft
- 1 tsk matarsódi
- ½ tsk kanill
- ¼ teskeið salt
- 2 matskeiðar kókosolía, brætt
- 1 matskeið hlynsíróp
- 1 stórt egg
- 1 tsk vanilluþykkni
- 1 bolli 2% léttmjólk
- Þeyttur rjómi, til framreiðslu
- Súkkulaðispænir, til framreiðslu

Leiðbeiningar

a) Bætið öllu hráefninu, nema þeyttum rjómanum og súkkulaðispænunum, í blandara. Bráðna kókosolían gæti harðnað þegar hún er sameinuð kaldari hráefnum, svo þú getur hitað mjólkina örlítið til að koma í veg fyrir að þetta gerist ef þú vilt.

b) Blandaðu öllu í blandarann þar til þú hefur sléttan vökva.

c) Hellið pönnukökublöndunni í stóra skál.

d) Látið deigið hvíla í 2 til 3 mínútur. Þetta gerir allt hráefninu kleift að koma saman og gefur deiginu betri þéttleika.

e) Sprautaðu ljúffengri pönnu eða pönnu ríkulega með jurtaolíu og hitaðu við meðalhita.

f) Þegar pönnuna er orðin heit, bætið deiginu út í með því að nota $\frac{1}{4}$ bolla mæliglas og hellið deiginu í pönnuna til að búa til pönnukökuna. Notaðu mælibikarinn til að móta pönnukökuna.

g) Eldið þar til hliðarnar virðast stífnar og loftbólur myndast í miðjunni (um það bil 2 til 3 mínútur), snúið síðan pönnukökunni við.

h) Þegar pönnukakan er elduð á þeirri hlið skaltu taka pönnukökuna af hellunni og setja á disk.

i) Haltu áfram þessum skrefum með restinni af deiginu.

j) Toppið með þeyttum rjóma og súkkulaðispænum.

61. Sítrónu bláberja pönnukökur

Hráefni:

- 1½ bolli speltmjöl
- 1½ tsk lyftiduft
- 1 tsk matarsódi
- ½ tsk salt
- Börkur af 1 sítrónu
- 2 matskeiðar kókosolía, brætt
- 2 stór egg, þeytt
- ¼ bolli 2% lágfitumjólk
- ¼ bolli hlynsíróp, auk meira til að bera fram
- 1¼ bollar venjulegt kefir (örlítið hlýtt)
- ½ bolli bláber

Leiðbeiningar

a) Bætið hveiti, lyftidufti, matarsóda og salti í stóra skál og þeytið til að blandast vel saman.

b) Bætið kókosolíu, eggjum, mjólk, hlynsírópi, sítrónuberki og kefir í skál og þeytið saman. Bráðna kókosolían gæti harðnað þegar hún er sameinuð kaldari hráefnum, svo þú getur hitað kefirið aðeins til að koma í veg fyrir að þetta gerist ef þú vilt.

c) Hellið blautu hráefninu í þurru hráefnin og þeytið saman þar til öll hráefnin eru blaut.

d) Látið deigið hvíla í 2 til 3 mínútur. Þetta gerir allt hráefninu kleift að koma saman og gefur deiginu betri þéttleika.

e) Sprautaðu ljúffengri pönnu eða pönnu ríkulega með jurtaolíu og hitaðu við meðalhita.

f) Þegar pönnuna er orðin heit, bætið deiginu út í með því að nota $\frac{1}{4}$ bolla mæliglas og hellið deiginu í pönnuna til að búa til pönnukökuna. Notaðu mælibikarinn til að móta pönnukökuna.

g) Settu 3 til 5 bláber á hverja pönnuköku. Hafðu berin í átt að miðjunni svo það sé auðveldara að snúa pönnukökunni við.

h) Eldið þar til hliðarnar virðast stífnar og loftbólur myndast í miðjunni (um það bil 2 til 3 mínútur), snúið síðan pönnukökunni við.

i) Þegar pönnukakan er elduð á þeirri hlið skaltu taka pönnukökuna af hellunni og setja á disk.

j) Haltu áfram þessum skrefum með restinni af deiginu. Berið fram með hlynsírópi.

62. Quinoa pönnukökur

Hráefni:

- 1 bolli (hvaða lit sem er) soðið kínóa
- ¾ bolli quinoa hveiti
- 2 tsk lyftiduft
- ½ tsk salt
- 1 matskeið brætt smjör
- ¼ bolli grísk jógúrt
- 2 matskeiðar 2% léttmjólk
- 2 stór egg, þeytt
- 2 matskeiðar hlynsíróp
- 1 tsk vanilluþykkni
- Ávaxtakonur, til að bera fram (valfrjálst)

Leiðbeiningar

a) Í stórri skál, bætið kínóa, hveiti, lyftidufti og salti saman við og þeytið til að blandast vel saman.

b) Þeytið smjör, jógúrt, mjólk, egg, hlynsíróp og vanillu í aðra skál. Þeytið allt saman þannig að það blandist vel saman.

c) Bætið blautu hráefninu við þurru hráefnin og þeytið þar til það hefur blandast vel saman.

d) Látið deigið hvíla í 2 til 3 mínútur. Þetta gerir allt hráefninu kleift að koma saman og gefur deiginu betri þéttleika.

e) Sprautaðu ljúffengri pönnu eða pönnu ríkulega með jurtaolíu og hitaðu við meðalhita.

f) Þegar pönnuna er orðin heit, bætið deiginu út í með því að nota $\frac{1}{4}$ bolla mæliglas og hellið deiginu í pönnuna til að búa til pönnukökuna. Notaðu mælibikarinn til að móta pönnukökuna.

g) Eldið þar til hliðarnar virðast stífnar og loftbólur myndast í miðjunni (um það bil 2 til 3 mínútur), snúið síðan pönnukökunni við.

h) Þegar pönnukakan er elduð á þeirri hlið skaltu taka pönnukökuna af hellunni og setja á disk.

i) Haltu áfram þessum skrefum með restinni af deiginu. Berið fram með ávöxtum, ef vill.

63. Grísk jógúrt haframjöl pönnukökur

Hráefni:

- 1¾ bollar gamaldags rúllaðir hafrar
- 1½ tsk lyftiduft
- 1 tsk matarsódi
- ½ tsk kanill
- ¼ tsk salt
- 1 stórt egg
- 2 matskeiðar kókosolía, brætt
- 1 matskeið hlynsíróp, auk meira til að bera fram
- 1 tsk vanilluþykkni
- 1 bolli hrein grísk jógúrt
- ¼ bolli 2% lágfitumjólk

Leiðbeiningar

a) Bætið öllu hráefninu í blandara. Bráðna kókosolían gæti harðnað þegar hún er sameinuð kaldari hráefnum, svo þú getur hitað mjólkina örlítið til að koma í veg fyrir að þetta gerist ef þú vilt.

b) Blandaðu öllu í blandarann þar til þú hefur sléttan vökva.

c) Hellið pönnukökublöndunni í stóra skál.

d) Látið deigið hvíla í 5 til 10 mínútur. Þetta gerir allt hráefninu kleift að koma saman og gefur deiginu betri þéttleika.

e) Sprautaðu ljúffengri pönnu eða pönnu ríkulega með jurtaolíu og hitaðu við meðalhita.

f) Þegar pönnuna er orðin heit, bætið deiginu út í með því að nota $\frac{1}{4}$ bolla mæliglas og hellið deiginu í pönnuna til að búa til pönnukökuna. Notaðu mælibikarinn til að móta pönnukökuna.

g) Eldið þar til hliðarnar virðast stífnar og loftbólur myndast í miðjunni (um það bil 2 mínútur), snúið síðan pönnukökunni við.

h) Þegar pönnukakan er elduð á þeirri hlið skaltu taka pönnukökuna af hellunni og setja á disk.

i) Haltu áfram þessum skrefum með restinni af deiginu. Berið fram með hlynsírópi.

64. Piparkökur pönnukökur

Hráefni:

Álegg

- ¼ bolli grísk jógúrt
- 1 matskeið hlynsíróp

Pönnukökur

- 1 bolli speltmjöl
- 1 tsk matarsódi
- 1 tsk malað engifer
- 1 tsk malað pipar
- 1 tsk kanill
- ¼ tsk malaður negull
- ¼ teskeið salt
- 1 stórt egg
- ½ bolli 2% léttmjólk
- 3 matskeiðar hlynsíróp
- 1 tsk vanilluþykkni

Leiðbeiningar

a) Blandið grísku jógúrtinni og hlynsírópinu saman þar til það hefur blandast vel saman og setjið til hliðar.

b) Í stórri skál, bætið speltmjöli, matarsóda, engifer, kryddjurtum, kanil, negul og salti saman við og þeytið til að blandast vel saman.

c) Í annarri skál, þeytið egg, mjólk, hlynsíróp og vanillu saman þar til það hefur blandast vel saman.

d) Bætið blautu hráefninu við þurru hráefnin og þeytið þar til það hefur blandast vel saman.

e) Látið deigið hvíla í 2 til 3 mínútur. Þetta gerir allt hráefninu kleift að koma saman og gefur deiginu betri þéttleika.

f) Sprautaðu ljúffengri pönnu eða pönnu ríkulega með jurtaolíu og hitaðu við meðalhita.

g) Þegar pönnuna er orðin heit, bætið deiginu út í með því að nota $\frac{1}{4}$ bolla mæliglas og hellið deiginu í pönnuna til að búa til pönnukökuna.

h) Eldið þar til hliðarnar virðast stífnar og loftbólur myndast í miðjunni.

i) Þegar pönnukakan er elduð á þeirri hlið skaltu taka pönnukökuna af hellunni og setja á disk.

j) Haltu áfram þessum skrefum með restinni af deiginu. Berið fram með jógúrtáleggi.

65. Grískar jógúrt pönnukökur

Hráefni:

- 1 bolli speltmjöl
- $\frac{1}{2}$ tsk lyftiduft
- $\frac{1}{2}$ tsk matarsódi
- $\frac{3}{4}$ bolli grísk jógúrt
- $\frac{1}{2}$ bolli + 2 matskeiðar 2% léttmjólk
- 1 stórt egg
- 2 matskeiðar hlynsíróp

Leiðbeiningar

a) Bætið hveiti, lyftidufti og matarsódanum í skál og þeytið saman.

b) Í annarri skál, þeytið jógúrt, mjólk, egg og hlynsíróp saman þar til það hefur blandast vel saman.

c) Bætið blautu hráefninu við þurru hráefnin og þeytið þar til það hefur blandast vel saman.

d) Látið deigið hvíla í 2 til 3 mínútur. Þetta gerir allt hráefninu kleift að koma saman og gefur deiginu betri þéttleika.

e) Sprautaðu ljúffengri pönnu eða pönnu ríkulega með jurtaolíu og hitaðu við meðalhita.

f) Þegar pönnuna er orðin heit, bætið deiginu út í með því að nota $\frac{1}{4}$ bolla mæliglas og hellið deiginu í pönnuna til að búa til pönnukökuna. Notaðu mælibikarinn til að móta pönnukökuna.

g) Eldið þar til hliðarnar virðast stífnar og loftbólur myndast í miðjunni (um það bil 2 til 3 mínútur), snúið síðan pönnukökunni við.

h) Þegar pönnukakan er elduð á þeirri hlið skaltu taka pönnukökuna af hellunni og setja á disk.

i) Haltu áfram þessum skrefum með restinni af deiginu.

66. Rúsínukökupönnukökur með haframjöli

Hráefni:

Álegg

- ½ bolli flórsykur
- 1 matskeið 2% léttmjólk

Pönnukökur

- 1¾ bollar gamaldags rúllaðir hafrar
- 2 matskeiðar púðursykur
- 1½ tsk lyftiduft
- 1 tsk matarsódi
- ½ tsk kanill
- ¼ tsk salt
- 2 matskeiðar kókosolía, brætt
- 1 tsk vanilluþykkni
- 1 bolli 2% léttmjólk
- ⅓ bolli saxaðar gylltar rúsínur

Leiðbeiningar

Fyrir áleggið

a) Blandið flórsykrinum og mjólkinni saman í lítilli skál þar til það er slétt. Leggið til hliðar.

b) Fyrir pönnukökurnar

c) Bætið öllu hráefninu, nema rúsínunum, í blandarann. Bráðna kókosolían gæti harðnað þegar hún er sameinuð kaldari hráefnum, svo þú getur hitað mjólkina örlítið til að koma í veg fyrir að þetta gerist ef þú vilt.

d) Blandaðu öllu í blandarann þar til þú hefur sléttan vökva.

e) Hellið pönnukökublöndunni í stóra skál.

f) Hrærið söxuðum rúsínum saman við.

g) Látið deigið hvíla í 5 til 10 mínútur. Þetta gerir allt hráefninu kleift að koma saman og gefur deiginu betri þéttleika.

h) Sprautaðu ljúffengri pönnu eða pönnu ríkulega með jurtaolíu og hitaðu við meðalhita.

i) Þegar pönnuna er orðin heit, bætið deiginu út í með því að nota $\frac{1}{4}$ bolla mæliglas og hellið deiginu í pönnuna til að búa til pönnukökuna. Notaðu mælibikarinn til að móta pönnukökuna.

j) Eldið þar til hliðarnar virðast stífnar og loftbólur myndast í miðjunni (um það bil 2 til 3 mínútur), snúið síðan pönnukökunni við.

k) Þegar pönnukakan er elduð á þeirri hlið skaltu taka pönnukökuna af hellunni og setja á disk.

l) Haltu áfram þessum skrefum með restinni af deiginu.

m) Toppið með sykuráleggi.

67. Hnetusmjör og hlaup pönnukökur

Hráefni:

- 1½ bolli speltmjöl
- ¾ bolli duftformað hnetusmjör
- 1½ tsk lyftiduft
- 1 tsk matarsódi
- ½ tsk salt
- 2 stór egg, þeytt
- 1 msk smjör, bræett
- 1½ bolli 2% léttmjólk
- Concord vínberjahlaup, til framreiðslu

Leiðbeiningar

a) Bæetið hveiti, duftformi hnetusmjörs, lyftidufti, matarsóda og salti í skál og þeytið saman.

b) Í annarri skál, þeytið eggin, smjörið og mjólkina saman þar til þau hafa blandast vel saman.

c) Bæetið blautu hráefninu við þurru hráefnin og þeytið þar til það hefur blandast vel saman.

d) Látið deigið hvíla í 2 til 3 mínútur. Þetta gerir allt hráefninu kleift að koma saman og gefur deiginu betri þéttleika.

e) Sprautaðu ljúffengri pönnu eða pönnu ríkulega með jurtaolíu og hitaðu við meðalhita.

f) Þegar pönnuna er orðin heit, bætið deiginu út í með því að nota ¼ bolla mæliglas og hellið deiginu í pönnuna til að búa til pönnukökuna. Notaðu mælibikarinn til að móta pönnukökuna.

g) Eldið þar til hliðarnar virðast stífnar og loftbólur myndast í miðjunni (um það bil 2 til 3 mínútur), snúið síðan pönnukökunni við.

h) Þegar pönnukakan er elduð á þeirri hlið skaltu taka pönnukökuna af hellunni og setja á disk.

i) Haltu áfram þessum skrefum með restinni af deiginu. Toppið með vínberjahlaupinu.

68. Beikon pönnukökur

Hráefni:

- 8 sneiðar miðskorið beikon
- 1½ bolli speltmjöl
- 1¼ tsk lyftiduft
- 1 tsk matarsódi
- ½ tsk salt
- 2 stór egg, þeytt
- 1 msk smjör, brætt
- 1 tsk vanilluþykkni
- 1¼ bollar 2% lágfitumjólk
- ¼ bolli hlynsíróp

Leiðbeiningar

a) Forhitið ofninn í 350°F.

b) Raðið beikoninu, í einu lagi, á bökunarplötu með bökunarpappír. Þetta gerir hreinsun miklu auðveldari.

c) Renndu beikoninu inn í ofninn og eldaðu í 30 mínútur, eða þar til beikonið er tilbúið.

d) Takið beikonið úr ofninum og setjið beikonið á pappírsklædda plötu til að kólna.

e) Bætið hveiti, lyftidufti, matarsóda og salti í stóra skál. Peytið til að sameina hráefni.

f) Bætið eggjum, smjöri, vanillu, mjólk og hlynsírópi í aðra skál og þeytið saman hráefni.

g) Bætið blautu hráefninu við þurru hráefnin og þeytið til að blanda öllu vel saman.

h) Látið deigið hvíla í 2 til 3 mínútur. Þetta gerir allt hráefninu kleift að koma saman og gefur deiginu betri þéttleika.

i)   Sprautaðu ljúffengri pönnu eða pönnu ríkulega með jurtaolíu og hitaðu við meðalhita.

j)   Þegar pönnuna er orðin heit skaltu setja beikonræmu á pönnuna. Hellið $\frac{1}{4}$ bolla af deigi ofan á beikonið. Dreifið deiginu jafnt yfir beikonið, sem og hliðar beikonsins.

k)   Eldið þar til hliðarnar virðast stífnar, snúið síðan pönnukökunni við til að elda. Þú gætir tekið eftir því að þessar pönnukökur eldast aðeins hraðar á beikonhliðinni.

l)   Þegar pönnukakan er elduð á þeirri hlið, takið hana af hellunni og setjið á disk.

m) Haltu áfram þessum skrefum með restinni af deiginu.

69. Hindberja möndlu pönnukökur

Hráefni:

- 1½ bolli frosin hindber, þíða
- 2 matskeiðar hunang
- 1½ bolli möndlumjöl
- 1 tsk lyftiduft
- ¼ teskeið salt
- ¼ tsk kanill
- 2 stór egg, þeytt
- ¼ bolli 2% léttmjólk
- 1 matskeið hlynsíróp
- 1 tsk vanilluþykkni

Leiðbeiningar

a) Blandið hindberjunum saman við hunangið. Á meðan þú blandar ávöxtunum skaltu líka brjóta hann til að draga úr meiri vökva.

b) Hellið hindberjaálegginu í samlokupoka, innsiglið og setjið til hliðar.

c) Fyrir pönnukökurnar

d) Bætið hveiti, lyftidufti, salti og kanil í skál og þeytið til að blandast vel saman.

e) Í sérstakri skál, þeytið saman afganginum af hráefninu.

f) Bætið blautu hráefninu við þurru hráefnin og þeytið til að blanda þeim vel saman.

g) Látið deigið hvíla í 5 til 10 mínútur. Þetta gerir allt hráefninu kleift að koma saman og gefur deiginu betri þéttleika.

h) Sprautaðu ljúffenga pönnu eða pönnu ríkulega með jurtaolíu og hitaðu við meðalháan hita.

i) Þegar pönnuna er orðin heit skaltu bæta deigi við með því að nota $\frac{1}{4}$ bolla mæliglas og hella deiginu í pönnuna til að búa til pönnukökuna. Dreifið deiginu varlega í hringlaga form með mæliglasinu.

j) Klipptu af einu horninu á pokanum sem inniheldur hindberjaáleggið og dreifðu dálitlu af því yfir pönnukökuna. Notaðu tannstöngul til að draga hindberin í gegnum pönnukökubotninn.

k) Eldið þar til hliðarnar virðast stífnar og loftbólur myndast í miðjunni (um það bil 2 til 3 mínútur), snúið síðan pönnukökunni við.

l) Þegar pönnukakan er elduð á þeirri hlið skaltu taka pönnukökuna af hellunni og setja á disk.

m) Haltu áfram þessum skrefum með restinni af deiginu.

n) Toppið með hindberjaálegginu sem eftir er.

70. Hnetu-, banana- og súkkulaðipönnukökur

Hráefni:

- 1 bolli speltmjöl
- ¼ bolli duftformað hnetusmjör
- ½ tsk lyftiduft
- ½ tsk matarsódi
- ¾ bolli grísk jógúrt
- 1 þroskaður meðalstór banani, stappaður, auk fleiri til að bera fram (valfrjálst)
- ¼ bolli + 2 matskeiðar 2% léttmjólk
- 1 stórt egg
- 2 matskeiðar hlynsíróp
- ½ bolli súkkulaðiflögur, auk meira til að bera fram (valfrjálst)
- Hnetusmjör, til að bera fram (valfrjálst)

Leiðbeiningar

a) Bætið hveiti, duftformi hnetusmjörs, lyftidufti og matarsóda í skál og þeytið saman.

b) Í annarri skál, þeytið jógúrt, maukaðan banana, mjólk, egg og hlynsíróp þar til það er blandað saman.

c) Bætið blautu hráefninu við þurru hráefnin og þeytið þar til það hefur blandast vel saman.

d) Hrærið súkkulaðibitunum saman við.

e) Látið deigið hvíla í 2 til 3 mínútur. Þetta gerir allt hráefninu kleift að koma saman og gefur deiginu betri þéttleika.

f) Sprautaðu ljúffengri pönnu eða pönnu ríkulega með jurtaolíu og hitaðu við meðalhita.

g) Þegar pönnuna er orðin heit, bætið deiginu út í með því að nota $\frac{1}{4}$ bolla mæliglas og hellið deiginu í pönnuna til að búa til pönnukökuna. Notaðu mælibikarinn til að móta pönnukökuna.

h) Eldið þar til hliðarnar virðast stífnar og loftbólur myndast í miðjunni (um það bil 2 til 3 mínútur), snúið síðan pönnukökunni við.

i) Þegar pönnukakan er elduð á þeirri hlið skaltu taka pönnukökuna af hellunni og setja á disk.

j) Haltu áfram þessum skrefum með restinni af deiginu.

71. Vanillu kókos pönnukökur

Hráefni:

Vanillu kókos topping

- 1 bolli niðursoðin fullfeiti kókosmjólk
- ¼ bolli hlynsíróp
- 1½ tsk vanilluþykkni
- Lítið klípa salt

Pönnukökur

- 1½ bolli speltmjöl
- ¼ bolli rifið ósykrað kókos, ristað (auk meira til að bera fram)
- 1½ tsk lyftiduft
- 1 tsk matarsódi
- ½ tsk salt
- 2 stór egg, þeytt
- 2 matskeiðar kókosolía, bræt
- 1 matskeið vanilluþykkni
- ¼ bolli hlynsíróp
- ¼ bolli niðursoðinn fullfeiti kókosmjólk
- 1¼ bollar venjulegt kefir

Leiðbeiningar

a) Bætið öllum hráefnunum í lítinn pott og hitið við meðalhita.

b) Þeytið af og til og eldið þar til blandan fer að þykkna (u.þ.b. 7 mínútur).

c) Takið af hitanum til að láta það kólna aðeins.

d) Fyrir pönnukökurnar

e) Bætið hveiti, kókos, lyftidufti, matarsóda og salti í stóra skál. Þeytið til að sameina hráefni.

f) Í annarri skál, bætið eggjunum, kókosolíu, vanillu, hlynsírópi, kókosmjólk og kefir saman við og þeytið saman hráefni. Bráðna kókosolían gæti harðnað þegar hún er sameinuð kaldari hráefnum, svo þú getur hitað kefirið aðeins til að koma í veg fyrir að þetta gerist ef þú vilt.

g) Bætið blautu hráefninu við þurru hráefnin og þeytið til að blanda öllu vel saman.

h) Látið deigið hvíla í 2 til 3 mínútur. Þetta gerir allt hráefninu kleift að koma saman og gefur deiginu betri þéttleika.

i) Sprautaðu ljúffengri pönnu eða pönnu ríkulega með jurtaolíu og hitaðu við meðalhita.

j) Þegar pönnuna er orðin heit, bætið deiginu út í með því að nota $\frac{1}{4}$ bolla mæliglas og hellið deiginu í pönnuna til að búa til pönnukökuna. Notaðu mælibikarinn til að móta pönnukökuna.

k) Eldið þar til hliðarnar virðast stífnar og loftbólur myndast í miðjunni (um það bil 2 til 3 mínútur), snúið síðan pönnukökunni við.

l) Þegar pönnukakan er elduð á þeirri hlið skaltu taka pönnukökuna af hellunni og setja á disk.

m) Haltu áfram þessum skrefum með restinni af deiginu.

n) Setjið vanillu kókos topping yfir pönnukökurnar og stráið ristuðu kókosnum yfir áður en þær eru bornar fram.

72. Súkkulaði kókos möndlu pönnukökur

Hráefni:

- 1½ bolli möndlumjöl
- ½ bolli rifinn, ósykrað kókoshneta, ristað
- 1 tsk lyftiduft
- 1 tsk matarsódi
- ¼ teskeið salt
- 2 stór egg, þeytt
- ½ bolli niðursoðin fullfeiti kókosmjólk
- 1 matskeið hlynsíróp, auk meira til að bera fram
- 1 tsk vanilluþykkni
- ½ bolli súkkulaðibitar
- Ristað kókos, ristaðar möndlur og rakað súkkulaði til framreiðslu

Leiðbeiningar

a) Bætið hveiti, rifnum kókos, lyftidufti, matarsóda og salti í skál og þeytið til að blandast vel saman.

b) Þeytið eggin, kókosmjólk, hlynsíróp og vanillu saman í sérstakri skál.

c) Bætið blautu hráefninu við þurru hráefnin og þeytið til að blanda þeim vel saman.

d) Hrærið súkkulaðibitunum saman við.

e) Látið deigið hvíla í 5 til 10 mínútur. Þetta gerir allt hráefninu kleift að koma saman og gefur deiginu betri þéttleika.

f) Sprautaðu ljúffengri pönnu eða pönnu ríkulega með jurtaolíu og hitaðu við meðalhita.

g) Þegar pönnuna er orðin heit, bætið deiginu út í með því að nota ¼ bolla mæliglas og hellið deiginu í pönnuna til að búa til pönnukökuna. Notaðu mælibikarinn til að móta pönnukökuna.

h) Eldið þar til hliðarnar virðast stífnar og loftbólur myndast í miðjunni (um það bil 2 til 3 mínútur), snúið síðan pönnukökunni við.

i) Þegar pönnukakan er elduð á þeirri hlið skaltu taka pönnukökuna af hellunni og setja á disk.

j) Haltu áfram þessum skrefum með restinni af deiginu.

k) Toppið með ristuðu kókoshnetu, ristuðum möndlum, rifnu súkkulaði og skvettu meira af hlynsírópi, ef þú vilt.

73. Jarðarberjakökupönnukökur

Hráefni:

- 1¾ bollar gamaldags rúllaðir hafrar
- 1½ tsk lyftiduft
- 1 tsk matarsódi
- ½ tsk kanill
- ¼ tsk salt
- 2 matskeiðar kókosolía, brætt
- 1 matskeið hlynsíróp
- 1 stórt egg
- 1 tsk vanilluþykkni
- 1½ bolli 2% léttmjólk
- 1 bolli þunnt sneidd jarðarber
- Þeyttur rjómi og jarðarber, til að bera fram

Leiðbeiningar

a) Bætið öllu hráefninu, nema jarðarberjunum, í blandara. Bráðna kókosolían gæti harðnað þegar hún er sameinuð kaldari hráefnum, svo þú getur hitað mjólkina örlítið til að koma í veg fyrir að þetta gerist ef þú vilt.

b) Blandaðu öllu í blandarann þar til þú hefur sléttan vökva.

c) Hellið pönnukökublöndunni í stóra skál.

d) Látið deigið hvíla í 5 til 10 mínútur. Þetta gerir allt hráefninu kleift að koma saman og gefur deiginu betri þéttleika.

e) Sprautaðu ljúffengri pönnu eða pönnu ríkulega með jurtaolíu og hitaðu við meðalhita.

f) Þegar pönnuna er orðin heit, bætið deiginu út í með því að nota $\frac{1}{4}$ bolla mæliglas og hellið deiginu í pönnuna til að búa til pönnukökuna. Notaðu mælibikarinn til að móta pönnukökuna. Settu sneið jarðarberin í einu lagi í deigið.

g) Eldið þar til hliðarnar virðast stífnar og loftbólur myndast í miðjunni (um það bil 2 mínútur), snúið síðan pönnukökunni við. Þú gætir þurft að láta þessar eldast aðeins lengur á fyrstu hliðinni svo þær falli ekki í sundur þegar þú snýrð þeim við. Jarðarberin eru þung og geta valdið því að þessar pönnukökur brotni ef þær eru ekki alveg stífnar á fyrstu hliðinni.

h) Þegar pönnukakan er elduð á þeirri hlið skaltu taka pönnukökuna af hellunni og setja á disk.

i) Haltu áfram þessum skrefum með restinni af deiginu.

j) Til að bera fram, leggið pönnukökur í lag með þeyttum rjóma og toppið með jarðarberjum.

74. Hnetusmjörsbollapönnukökur

Hráefni:

- 1¾ bollar gamaldags rúllaðir hafrar
- ¼ bolli duftformað hnetusmjör
- 1½ tsk lyftiduft
- 1 tsk matarsódi
- ½ tsk kanill
- ¼ tsk salt
- 2 matskeiðar kókosolía, brætt
- 1 matskeið hlynsíróp
- 1 stórt egg
- 1 tsk vanilluþykkni
- 1½ bolli 2% léttmjólk
- ½ bolli súkkulaðibitar

Leiðbeiningar

a) Bætið öllu hráefninu, nema súkkulaðibitunum, í blandara. Bráðna kókosolían gæti harðnað þegar hún er sameinuð kaldari hráefnum, svo þú getur hitað mjólkina örlítið til að koma í veg fyrir að þetta gerist ef þú vilt.

b) Blandaðu öllu í blandarann þar til þú hefur sléttan vökva.

c) Hellið pönnukökudeiginu í stóra skál.

d) Hrærið súkkulaðibitunum saman við.

e) Látið deigið hvíla í 5 til 10 mínútur. Þetta gerir allt hráefninu kleift að koma saman og gefur deiginu betri þéttleika.

f) Sprautaðu ljúffengri pönnu eða pönnu ríkulega með jurtaolíu og hitaðu við meðalhita.

g) Þegar pönnuna er orðin heit, bætið deiginu út í með því að nota $\frac{1}{4}$ bolla mæliglas og hellið deiginu í pönnuna til að búa til pönnukökuna. Notaðu mælibikarinn til að móta pönnukökuna.

h) Eldið þar til hliðarnar virðast stífnar og loftbólur myndast í miðjunni (um það bil 2 til 3 mínútur), snúið síðan pönnukökunni við.

i) Þegar pönnukakan er elduð á þeirri hlið skaltu taka pönnukökuna af hellunni og setja á disk.

j) Haltu áfram þessum skrefum með restinni af deiginu.

75. Mexíkóskar súkkulaðipönnukökur

Hráefni:

- 1 bolli speltmjöl
- $\frac{1}{4}$ bolli ósykrað kakó
- 1 tsk kanill
- $\frac{1}{2}$ tsk lyftiduft
- $\frac{1}{2}$ tsk matarsódi
- $\frac{3}{4}$ bolli grísk jógúrt
- $\frac{1}{4}$ bolli + 2 matskeiðar 2% léttmjólk
- 1 stórt egg
- 2 matskeiðar hlynsíróp

Leiðbeiningar

a) Bætið hveiti, kakói, kanil, lyftidufti og matarsóda í skál og þeytið saman.

b) Í annarri skál, þeytið jógúrt, mjólk, egg og hlynsíróp saman þar til það hefur blandast vel saman.

c) Bætið blautu hráefninu við þurru hráefnin og þeytið þar til það hefur blandast vel saman.

d) Látið deigið hvíla í 2 til 3 mínútur. Þetta gerir allt hráefninu kleift að koma saman og gefur deiginu betri þéttleika.

e) Sprautaðu ljúffengri pönnu eða pönnu
    ríkulega með jurtaolíu og hitaðu við
    meðalhita.

f) Þegar pönnuna er orðin heit, bætið
    deiginu út í með því að nota $\frac{1}{4}$ bolla
    mæliglas og hellið deiginu í pönnuna til að
    búa til pönnukökuna. Notaðu mælibikarinn
    til að móta pönnukökuna.

g) Eldið þar til hliðarnar virðast stífnar og
    loftbólur myndast í miðjunni (um það bil 2
    til 3 mínútur), snúið síðan pönnukökunni
    við.

h) Þegar pönnukakan er elduð á þeirri hlið
    skaltu taka pönnukökuna af hellunni og
    setja á disk.

i) Haltu áfram þessum skrefum með
    restinni af deiginu.

76. Afmælispönnukökur á óvart

Hráefni:

- 1 bolli speltmjöl
- 2 matskeiðar sykurlaus vanillubúðing blanda
- $\frac{1}{2}$ tsk lyftiduft
- $\frac{1}{2}$ tsk matarsódi
- $\frac{3}{4}$ bolli grísk jógúrt
- $\frac{1}{2}$ bolli + 2 matskeiðar 2% léttmjólk
- 1 stórt egg
- 2 matskeiðar hlynsíróp
- $\frac{1}{4}$ bolli regnbogasprunga, auk meira fyrir álegg (valfrjálst)

Leiðbeiningar

a) Bætið hveiti, búðingi, lyftidufti og matarsóda í skál og þeytið saman.

b) Í annarri skál, þeytið jógúrt, mjólk, egg og hlynsíróp saman þar til það hefur blandast vel saman.

c) Bætið blautu hráefninu við þurru hráefnin og þeytið þar til það hefur blandast vel saman.

d) Látið deigið hvíla í 2 til 3 mínútur. Þetta gerir allt hráefninu kleift að koma saman og gefur deiginu betri þéttleika.

e) Eftir að deigið hefur hvílt, hrærið stráinu saman við.

f) Sprautaðu ljúffengri pönnu eða pönnu ríkulega með jurtaolíu og hitaðu við meðalhita.

g) Þegar pönnuna er orðin heit, bætið deiginu út í með því að nota $\frac{1}{4}$ bolla mæliglas og hellið deiginu í pönnuna til að búa til pönnukökuna. Notaðu mælibikarinn til að móta pönnukökuna.

h) Eldið þar til hliðarnar virðast stífnar og loftbólur myndast í miðjunni (um það bil 2 til 3 mínútur), snúið síðan pönnukökunni við.

i) Þegar pönnukakan er elduð á þeirri hlið skaltu taka pönnukökuna af hellunni og setja á disk.

j) Haltu áfram þessum skrefum með restinni af deiginu.

77. Grænar skrímsla pönnukökur

Hráefni:

- 1½ bolli speltmjöl
- 2 matskeiðar hampi duft
- 1 matskeið spirulina duft
- 1½ tsk lyftiduft
- 1 tsk matarsódi
- ½ tsk salt
- 2 matskeiðar kókosolía, bræt
- 1½ matskeiðar hunang
- 1 matskeið vanilluþykkni
- 2 stór egg, þeytt
- ¼ bolli niðursoðinn fullfeiti kókosmjólk
- 1¼ bollar venjulegt kefir (örlítið hlýtt)

Leiðbeiningar

a) Bætið speltmjölinu, hampiduftinu, spirulinaduftinu, lyftiduftinu, matarsódanum og salti í skál og þeytið saman.

b) Í annarri skál, þeytið kókosolíu, hunang, vanillu, egg, kókosmjólk og kefir saman þar til þau hafa blandast vel saman. Bráðna kókosolían gæti harðnað þegar hún er sameinuð kaldari hráefnum, svo þú getur hitað kefirið aðeins til að koma í veg fyrir að þetta gerist ef þú vilt.

c) Bætið blautu hráefnunum við þurru hráefnin og þeytið saman þar til það hefur blandast vel saman.

d) Látið deigið hvíla í 2 til 3 mínútur. Þetta gerir allt hráefninu kleift að koma saman og gefur deiginu betri þéttleika.

e) Sprautaðu ljúffengri pönnu eða pönnu ríkulega með jurtaolíu og hitaðu við meðalhita.

f) Þegar pönnuna er orðin heit, bætið deiginu út í með því að nota $\frac{1}{4}$ bolla mæliglas og hellið deiginu í pönnuna til að búa til pönnukökuna. Notaðu mælibikarinn til að móta pönnukökuna.

g) Eldið þar til hliðarnar virðast stífnar og loftbólur myndast í miðjunni (um það bil 2 til 3 mínútur), snúið síðan pönnukökunni við.

h) Þegar pönnukakan er elduð á þeirri hlið skaltu taka pönnukökuna af hellunni og setja á disk.

i) Haltu áfram þessum skrefum með restinni af deiginu.

78. Vanillu matcha pönnukökur

Hráefni:

- 1¾ bollar gamaldags rúllaðir hafrar
- 2 matskeiðar ósykrað matcha duft
- 2 msk sykurlaus vanillubúðing blanda
- 1½ tsk lyftiduft
- 1 tsk matarsódi
- ¼ tsk salt
- 2 matskeiðar kókosolía, brætt
- 1 matskeið hlynsíróp
- 1 stórt egg
- 1 tsk vanilluþykkni
- 1½ bolli 2% léttmjólk

Leiðbeiningar

a) Bætið öllu hráefninu í blandara. Bráðna kókosolían gæti harðnað þegar hún er sameinuð kaldari hráefnum, svo þú getur hitað mjólkina örlítið til að koma í veg fyrir að þetta gerist ef þú vilt.

b) Blandaðu öllu í blandarann þar til þú hefur sléttan vökva.

c) Hellið pönnukökublöndunni í stóra skál.

d) Látið deigið hvíla í 5 til 10 mínútur. Þetta gerir allt hráefninu kleift að koma saman og gefur deiginu betri þéttleika.

e) Sprautaðu ljúffengri pönnu eða pönnu ríkulega með jurtaolíu og hitaðu við meðalhita.

f) Þegar pönnuna er orðin heit, bætið deiginu út í með því að nota $\frac{1}{4}$ bolla mæliglas og hellið deiginu í pönnuna til að búa til pönnukökuna. Notaðu mælibikarinn til að móta pönnukökuna.

g) Eldið þar til hliðarnar virðast stífnar og loftbólur myndast í miðjunni (um það bil 2 til 3 mínútur), snúið síðan pönnukökunni við.

h) Þegar pönnukakan er elduð á þeirri hlið skaltu taka pönnukökuna af hellunni og setja á disk.

i) Haltu áfram þessum skrefum með restinni af deiginu.

79. Piña colada pönnukökur

Hráefni:

- 1 bolli speltmjöl
- ½ tsk lyftiduft
- ½ tsk matarsódi
- ¾ bolli grísk jógúrt
- ½ bolli + 2 matskeiðar niðursoðin fullfeiti kókosmjólk
- 1 stórt egg
- 2 matskeiðar hlynsíróp
- 1 tsk vanilluþykkni
- ½ bolli fínt skorinn ananas

Leiðbeiningar

a) Bætið hveiti, lyftidufti og matarsódanum í skál og þeytið saman.

b) Í annarri skál, þeytið jógúrt, kókosmjólk, egg, hlynsíróp og vanillu saman þar til það hefur blandast vel saman.

c) Bætið blautu hráefnunum við þurru hráefnin og þeytið saman þar til það hefur blandast vel saman.

d) Þegar öllu hefur verið blandað saman er ananasinn hrærður út í.

e) Látið deigið hvíla í 2 til 3 mínútur. Þetta gerir allt hráefninu kleift að koma saman og gefur deiginu betri þéttleika.

f) Sprautaðu ljúffengri pönnu eða pönnu ríkulega með jurtaolíu og hitaðu við meðalhita.

g) Þegar pönnuna er orðin heit, bætið deiginu út í með því að nota $\frac{1}{4}$ bolla mæliglas og hellið deiginu í pönnuna til að búa til pönnukökuna. Notaðu mælibikarinn til að móta pönnukökuna.

h) Eldið þar til hliðarnar virðast stífnar og loftbólur myndast í miðjunni (um það bil 2 til 3 mínútur), snúið síðan pönnukökunni við.

i) Þegar pönnukakan er elduð á þeirri hlið skaltu taka pönnukökuna af hellunni og setja á disk.

j) Haltu áfram þessum skrefum með restinni af deiginu.

80. Kirsuberjamöndlupönnukökur

Hráefni:

- 1½ bolli möndlumjöl
- 1 tsk lyftiduft
- 1 tsk matarsódi
- ¼ tsk salt
- 2 stór egg, þeytt
- 1 matskeið hlynsíróp
- 1 tsk vanilluþykkni
- ½ bolli niðursoðin fullfeiti kókosmjólk
- ½ bolli fínt skorin sæt kirsuber
- ¼ bolli sneiðar möndlur

Leiðbeiningar

a) Bætið hveiti, lyftidufti, matarsóda og salti í skál og þeytið til að blandast vel saman.

b) Þeytið egg, hlynsíróp, vanillu og kókosmjólk saman í sérstakri skál.

c) Bætið blautu hráefninu við þurru hráefnin og þeytið til að blanda þeim vel saman.

d) Hrærið nú kirsuberjum og möndlum saman við og blandið þar til allt hefur blandast vel saman.

e) Látið deigið hvíla í 5 til 10 mínútur. Þetta gerir allt hráefninu kleift að koma saman og gefur deiginu betri þéttleika.

f) Sprautaðu ljúffenga pönnu eða pönnu ríkulega með jurtaolíu og hitaðu við meðalháan hita.

g) Þegar pönnuna er orðin heit, bætið deiginu út í með því að nota $\frac{1}{4}$ bolla mæliglas og hellið deiginu í pönnuna til að búa til pönnukökuna. Notaðu mælibikarinn til að móta pönnukökuna.

h) Eldið þar til hliðarnar virðast stífnar og loftbólur myndast í miðjunni (um það bil 2 til 3 mínútur), snúið síðan pönnukökunni við.

i) Þegar pönnukakan er elduð á þeirri hlið skaltu taka pönnukökuna af hellunni og setja á disk.

j) Haltu áfram þessum skrefum með restinni af deiginu.

81. Key lime pönnukökur

Hráefni:

- 2 egg
- ½ bolli kotasæla
- ½ tsk vanilluþykkni
- 1 matskeið hunang
- Börkur úr 1 lime
- ¼ bolli speltmjöl
- ½ tsk lyftiduft
- ¼ tsk matarsódi
- 2 tsk sykurlaus lime Jell-O blanda

Leiðbeiningar

a) Þeytið egg, kotasælu, vanillu, hunang og limebörk saman við og setjið til hliðar.

b) Í annarri skál, þeytið afganginum af hráefninu saman þar til það hefur blandast vel saman.

c) Bætið blautu hráefninu við þurru hráefnin og þeytið þar til það hefur blandast vel saman.

d) Sprautaðu ljúffengri pönnu eða pönnu ríkulega með jurtaolíu og hitaðu við meðalhita.

e) Þegar pönnuna er orðin heit, bætið deiginu út í með því að nota ¼ bolla mæliglas og hellið deiginu í pönnuna til að búa til pönnukökuna. Notaðu mælibikarinn til að móta pönnukökuna.

f) Eldið þar til hliðarnar virðast stífnar og loftbólur myndast í miðjunni (um það bil 2 til 3 mínútur), snúið síðan pönnukökunni við.

g) Þegar pönnukakan er elduð á þeirri hlið skaltu taka pönnukökuna af hellunni og setja á disk.

h) Haltu áfram þessum skrefum með restinni af deiginu.

82. Grasker kryddpönnukökur

Hráefni:

- 1½ bolli gamaldags rúllaðir hafrar
- 1½ tsk lyftiduft
- ½ tsk matarsódi
- ½ tsk kanill
- ½ tsk malað pipar
- ½ tsk malað engifer
- ¼ tsk salt
- ½ bolli niðursoðið grasker
- 2 matskeiðar kókosolía, brætt
- 2 matskeiðar hlynsíróp
- 1 stórt egg
- 1 tsk vanilluþykkni
- 1 bolli 2% léttmjólk

Leiðbeiningar

a) Bætið öllu hráefninu í blandara. Bráðna kókosolían gæti harðnað þegar hún er sameinuð kaldari hráefnum, svo þú getur hitað mjólkina örlítið til að koma í veg fyrir að þetta gerist ef þú vilt.

b) Blandaðu öllu í blandarann þar til þú hefur sléttan vökva.

c) Hellið pönnukökublöndunni í stóra skál.

d) Látið deigið hvíla í 5 til 10 mínútur. Þetta gerir allt hráefninu kleift að koma saman og gefur deiginu betri þéttleika.

e) Sprautaðu ljúffengri pönnu eða pönnu ríkulega með jurtaolíu og hitaðu við meðalhita.

f) Þegar pönnuna er orðin heit, bætið deiginu út í með því að nota $\frac{1}{4}$ bolla mæliglas og hellið deiginu í pönnuna til að búa til pönnukökuna. Notaðu mælibikarinn til að móta pönnukökuna.

g) Eldið þar til hliðarnar virðast stífnar og loftbólur myndast í miðjunni (um það bil 2 til 3 mínútur), snúið síðan pönnukökunni við.

h) Þegar pönnukakan er elduð á þeirri hlið skaltu taka pönnukökuna af hellunni og setja á disk.

i) Haltu áfram þessum skrefum með restinni af deiginu.

83. Súkkulaði bananapönnukökur

Hráefni:

- 1 þroskaður banani, auk fleiri til að bera fram
- 2 stór egg
- ½ tsk lyftiduft
- 2 matskeiðar ósykrað kakóduft
- Hlynsíróp, til að bera fram

Leiðbeiningar

a) Bætið banananum í skál og stappið hann þar til hann er orðinn góður og rjómalöguð—engir kekkir.

b) Brjótið eggin í aðra skál og þeytið þar til þau hafa blandast vel saman.

c) Bætið lyftiduftinu og kakóduftinu í bananaskálina og hellið svo eggjunum út í. Þeytið til að blanda öllu alveg saman.

d) Sprautaðu ljúffengri pönnu eða pönnu ríkulega með jurtaolíu og hitaðu við meðalhita.

e) Þegar pönnuna er orðin heit skaltu bæta 2 matskeiðum af deigi í pönnuna til að búa til pönnukökuna.

f) Eldið þar til hliðarnar virðast stífnar (þú munt ekki sjá neinar loftbólur), snúðu síðan pönnukökunni varlega við.

g) Þegar pönnukakan er elduð á þeirri hlið, takið hana af hellunni og setjið á disk.

h) Haltu áfram þessum skrefum með restinni af deiginu. Berið fram með sneiðum banana og hlynsírópi, ef vill.

84. Vanillu möndlu pönnukökur

Hráefni:

- 1 bolli speltmjöl
- 2 msk sykurlaus vanillubúðing blanda
- ½ tsk lyftiduft
- ½ tsk matarsódi
- ¾ bolli grísk jógúrt
- ½ bolli + 2 matskeiðar 2% léttmjólk
- 1 stórt egg
- 2 matskeiðar hlynsíróp
- ¼ bolli sneiðar möndlur

Leiðbeiningar

a) Bætið hveiti, puddingblöndu, lyftidufti og matarsóda í skál og þeytið saman.

b) Í annarri skál, þeytið jógúrt, mjólk, egg og hlynsíróp saman þar til það hefur blandast vel saman.

c) Bætið blautu hráefninu við þurru hráefnin og þeytið þar til það hefur blandast vel saman.

d) Hrærið möndlunum saman við síðast.

e) Látið deigið hvíla í 2 til 3 mínútur. Þetta gerir allt hráefninu kleift að koma saman og gefur deiginu betri þéttleika.

f) Sprautaðu ljúffengri pönnu eða pönnu
    ríkulega með jurtaolíu og hitaðu við
    meðalhita.

g) Þegar pönnuna er orðin heit, bætið
    deiginu út í með því að nota $\frac{1}{4}$ bolla
    mæliglas og hellið deiginu í pönnuna til að
    búa til pönnukökuna. Notaðu mælibikarinn
    til að móta pönnukökuna.

h) Eldið þar til hliðarnar virðast stífnar og
    loftbólur myndast í miðjunni (um það bil 2
    til 3 mínútur), snúið síðan pönnukökunni
    við.

i) Þegar pönnukakan er elduð á þeirri hlið
    skaltu taka pönnukökuna af hellunni og
    setja á disk.

j) Haltu áfram þessum skrefum með
    restinni af deiginu.

85. Funky apa pönnukökur

Hráefni:

- 1½ bolli möndlumjöl
- 1 tsk lyftiduft
- 1 tsk matarsódi
- ¼ tsk salt
- 1 þroskaður meðalstór banani, stappaður, auk fleira til að bera fram
- 2 stór egg, þeytt
- ½ bolli kókosmjólk
- 1 matskeið hlynsíróp
- 1 tsk vanilluþykkni
- ½ bolli saxaðar valhnetur
- ½ bolli dökkt súkkulaðibitar, auk meira til að bera fram

Leiðbeiningar

a) Bætið hveiti, lyftidufti, matarsóda og salti í skál og þeytið til að blandast vel saman.

b) Þeytið maukaðan banana, egg, kókosmjólk, hlynsíróp og vanillu saman í sérstakri skál.

c) Bætið blautu hráefninu við þurru hráefnin og þeytið til að blanda þeim vel saman.

d) Þeytið nú valhnetunum og súkkulaðibitunum saman við og blandið þar til allt er vel blandað saman.

e) Látið deigið hvíla í 5 til 10 mínútur. Þetta gerir allt hráefninu kleift að koma saman og gefur deiginu betri þéttleika.

f) Sprautaðu ljúffenga pönnu eða pönnu ríkulega með jurtaolíu og hitaðu við meðalháan hita.

g) Þegar pönnuna er orðin heit, bætið deiginu út í með því að nota $\frac{1}{4}$ bolla mæliglas og hellið deiginu í pönnuna til að búa til pönnukökuna. Notaðu mælibikarinn til að móta pönnukökuna.

h) Eldið þar til hliðarnar virðast stífnar og loftbólur myndast í miðjunni, snúið síðan pönnukökunni við.

i) Þegar pönnukakan er elduð á þeirri hlið skaltu taka pönnukökuna af hellunni og setja á disk.

j) Berið fram með sneiðum bönunum og súkkulaðibitum.

86. Vanillu pönnukökur

Hráefni:

- 1½ bolli speltmjöl
- 2 msk sykurlaus vanillubúðing blanda
- 1½ tsk lyftiduft
- 1 tsk matarsódi
- ½ tsk salt
- 2 stór egg, þeytt
- 2 matskeiðar kókosolía, brætt
- 1 matskeið vanilluþykkni
- ¼ bolli hlynsíróp, auk meira til að bera fram
- 1¼ bollar venjulegt kefir

Leiðbeiningar

a) Bætið speltmjölinu, puddingblöndunni, lyftiduftinu, matarsódanum og salti í skál og þeytið saman.

b) Í annarri skál, þeytið egg, kókosolíu, vanillu, hlynsíróp og kefir saman þar til þau hafa blandast vel saman. Bráðna kókosolían gæti harðnað þegar hún er sameinuð kaldari hráefnum, svo þú getur hitað kefirið aðeins til að koma í veg fyrir að þetta gerist ef þú vilt.

c) Bætið blautu hráefninu við þurru hráefnin og þeytið þar til það hefur blandast vel saman.

d) Látið deigið hvíla í 2 til 3 mínútur. Þetta gerir allt hráefninu kleift að koma saman og gefur deiginu betri þéttleika.

e) Sprautaðu ljúffengri pönnu eða pönnu ríkulega með jurtaolíu og hitaðu við meðalhita.

f) Þegar pönnuna er orðin heit, bætið deiginu út í með því að nota $\frac{1}{4}$ bolla mæliglas og hellið deiginu í pönnuna til að búa til pönnukökuna. Notaðu mælibikarinn til að móta pönnukökuna.

g) Eldið þar til hliðarnar virðast stífnar og loftbólur myndast í miðjunni (um það bil 2 til 3 mínútur), snúið síðan pönnukökunni við.

h) Þegar pönnukakan er elduð á þeirri hlið skaltu taka pönnukökuna af hellunni og setja á disk.

87. Bláberja mangópönnukökur

Hráefni:

- 1 bolli speltmjöl
- $\frac{1}{2}$ tsk lyftiduft
- $\frac{1}{2}$ tsk matarsódi
- $\frac{3}{4}$ bolli grísk jógúrt
- $\frac{1}{4}$ bolli + 2 matskeiðar 2% léttmjólk
- 1 stórt egg
- 2 matskeiðar hlynsíróp
- $\frac{1}{2}$ bolli maukað mangó
- $\frac{1}{2}$ bolli bláber

Leiðbeiningar

a) Bætið hveiti, lyftidufti og matarsódanum í skál og þeytið saman.

b) Í annarri skál, þeytið jógúrt, mjólk, egg, hlynsíróp og maukað mangó saman þar til það hefur blandast saman.

c) Bætið blautu hráefninu við þurru hráefnin og þeytið þar til það hefur blandast vel saman.

d) Hrærið bláberjunum varlega saman við.

e) Látið deigið hvíla í 2 til 3 mínútur. Þetta gerir allt hráefninu kleift að koma saman og gefur deiginu betri þéttleika.

f) Sprautaðu ljúffengri pönnu eða pönnu ríkulega með jurtaolíu og hitaðu við meðalhita.

g) Þegar pönnuna er orðin heit, bætið deiginu út í með því að nota $\frac{1}{4}$ bolla mæliglas og hellið deiginu í pönnuna til að búa til pönnukökuna. Notaðu mælibikarinn til að móta pönnukökuna.

h) Eldið þar til hliðarnar virðast stífnar og loftbólur myndast í miðjunni (um það bil 2 til 3 mínútur), snúið síðan pönnukökunni við.

i) Þegar pönnukakan er elduð á þeirri hlið skaltu taka pönnukökuna af hellunni og setja á disk.

j) Haltu áfram þessum skrefum með restinni af deiginu.

88. Mokka pönnukökur

Hráefni:

- 1½ bolli speltmjöl
- ¼ bolli ósykrað kakó
- 3 tsk instant espresso duft
- 1½ tsk lyftiduft
- 1 tsk matarsódi
- ½ tsk salt
- 2 matskeiðar kókosolía, bræt
- 1 tsk vanilluþykkni
- 2 stór egg, þeytt
- 1¼ bollar venjulegt kefir

Leiðbeiningar

a) Bætið speltmjölinu, kakóinu, espressóduftinu, lyftiduftinu, matarsódanum og salti í skál og þeytið saman.

b) Í annarri skál, þeytið kókosolíu, vanillu, eggjum og kefir saman þar til þau hafa blandast vel saman. Bráðna kókosolían gæti harðnað þegar hún er sameinuð kaldari hráefnum, svo þú getur hitað kefirið aðeins til að koma í veg fyrir að þetta gerist ef þú vilt.

c) Bætið blautu hráefninu við þurru hráefnin og þeytið þar til það hefur blandast vel saman.

d) Látið deigið hvíla í 2 til 3 mínútur. Þetta gerir allt hráefninu kleift að koma saman og gefur deiginu betri þéttleika.

e) Sprautaðu ljúffengri pönnu eða pönnu ríkulega með jurtaolíu og hitaðu við meðalhita.

f) Þegar pönnuna er orðin heit, bætið deiginu út í með því að nota $\frac{1}{4}$ bolla mæliglas og hellið deiginu í pönnuna til að búa til pönnukökuna. Notaðu mælibikarinn til að móta pönnukökuna.

g) Eldið þar til hliðarnar virðast stífnar og loftbólur myndast í miðjunni (um það bil 2 til 3 mínútur), snúið síðan pönnukökunni við.

h) Þegar pönnukakan er elduð á þeirri hlið skaltu taka pönnukökuna af hellunni og setja á disk.

89. Chai pönnukökur

Hráefni:

- 1½ bolli quinoa hveiti
- 1½ tsk lyftiduft
- 1 tsk matarsódi
- 1 tsk kanill
- ¾ tsk möluð kardimommur
- Örlátur klípa malaður negull
- ½ tsk malað engifer
- ½ tsk malað pipar
- ½ tsk salt
- 2 stór egg, þeytt
- 2 matskeiðar kókosolía, brætt
- 1¼ bollar venjulegt kefir
- ¼ bolli hlynsíróp
- 1 tsk vanilluþykkni

Leiðbeiningar

a) Í stórri skál, bætið hveiti, lyftidufti, matarsóda, kanil, kardimommum, negul, engifer, kryddjurtum og salti saman við og þeytið vel saman.

b) Í annarri skál, þeytið egg, kókosolíu, kefir, hlynsíróp og vanillu saman þar til þau eru sameinuð. Bráðna kókosolían gæti harðnað þegar hún er sameinuð kaldari hráefnum, svo þú getur hitað kefirið aðeins til að koma í veg fyrir að þetta gerist ef þú vilt.

c) Bætið blautu hráefninu við þurru hráefnin og þeytið þar til það hefur blandast vel saman.

d) Látið deigið hvíla í 2 til 3 mínútur. Þetta gerir allt hráefninu kleift að koma saman og gefur deiginu betri þéttleika.

e) Sprautaðu ljúffengri pönnu eða pönnu ríkulega með jurtaolíu og hitaðu við meðalhita.

f) Þegar pönnuna er orðin heit, bætið deiginu út í með því að nota $\frac{1}{4}$ bolla mæliglas og hellið deiginu í pönnuna til að búa til pönnukökuna. Notaðu mælibikarinn til að móta pönnukökuna.

g) Eldið þar til hliðarnar virðast stífnar og loftbólur myndast í miðjunni (um það bil 2 til 3 mínútur), snúið síðan pönnukökunni við.

h) Þegar pönnukakan er elduð á þeirri hlið skaltu taka pönnukökuna af hellunni og setja á disk.

90. Gulrótarkökupönnukökur

Hráefni:

- 1½ bolli gamaldags rúllaðir hafrar
- 1½ tsk lyftiduft
- 1 tsk matarsódi
- ½ tsk kanill
- ¼ tsk salt
- Dapur af múskat
- 1 stórt egg
- 2 matskeiðar kókosolía, brætt
- 1 matskeið hlynsíróp
- 1 tsk vanilluþykkni
- 1¼ bollar 2% lágfitumjólk
- 1½ bollar fínt rifnar gulrætur
- ½ bolli saxaðar gullnar rúsínur
- ½ bolli saxaðar valhnetur

Leiðbeiningar

a) Bætið öllu hráefninu, nema gulrótum, rúsínum og valhnetum, í blandara. Bráðna kókosolían gæti harðnað þegar hún er sameinuð kaldari hráefnum, svo þú getur hitað mjólkina örlítið til að koma í veg fyrir að þetta gerist ef þú vilt.

b) Blandaðu öllu í blandarann þar til þú hefur sléttan vökva.

c) Hellið pönnukökublöndunni í stóra skál.

d) Bætið gulrótum, rúsínum og valhnetum við deigið og hrærið vel.

e) Látið deigið hvíla í 5 til 10 mínútur. Þetta gerir allt hráefninu kleift að koma saman og gefur deiginu betri þéttleika.

f) Sprautaðu ljúffengri pönnu eða pönnu ríkulega með jurtaolíu og hitaðu við meðalhita.

g) Þegar pönnuna er orðin heit, bætið deiginu út í með því að nota $\frac{1}{4}$ bolla mæliglas og hellið deiginu í pönnuna til að búa til pönnukökuna. Notaðu mælibikarinn til að móta pönnukökuna.

h) Eldið þar til hliðarnar virðast stífnar og loftbólur myndast í miðjunni, snúið síðan pönnukökunni við.

i) Þegar pönnukakan er elduð á þeirri hlið skaltu taka pönnukökuna af hellunni og setja á disk.

91. Hunang bananapönnukökur

Hráefni:

- 1 þroskaður banani, auk fleiri til að bera fram
- 2 stór egg
- 1 matskeið hunang
- ½ tsk lyftiduft
- Hlynsíróp, til framreiðslu

Leiðbeiningar

a) Bætið banananum í skál og stappið hann þar til hann er orðinn góður og rjómalöguð—engir kekkir.

b) Brjótið eggin í aðra skál og þeytið þar til þau hafa blandast vel saman.

c) Bætið hunanginu og lyftiduftinu í bananaskálina og hellið svo eggjunum út í. Þeytið til að blanda öllu alveg saman.

d) Sprautaðu ljúffengri pönnu eða pönnu ríkulega með jurtaolíu og hitaðu við meðalhita.

e) Þegar pönnuna er orðin heit skaltu bæta 2 matskeiðum af deigi í pönnuna til að búa til pönnukökuna.

f) Eldið þar til hliðarnar virðast stífnar (þú munt ekki sjá neinar loftbólur), snúðu síðan pönnukökunni varlega við.

g) Þegar pönnukakan er elduð á þeirri hlið, takið hana af hellunni og setjið á disk.

h) Haltu áfram þessum skrefum með restinni af deiginu.

i) Toppið með bönunum og hlynsírópi.

92. Banana bláberja pönnukökur

Hráefni:

- 1 bolli speltmjöl
- $\frac{1}{2}$ tsk lyftiduft
- $\frac{1}{2}$ tsk matarsódi
- 1 þroskaður meðalstór banani, stappaður
- $\frac{3}{4}$ bolli grísk jógúrt
- $\frac{1}{4}$ bolli + 2 matskeiðar 2% léttmjólk
- 1 stórt egg
- 2 matskeiðar hlynsíróp
- $\frac{1}{2}$ bolli bláber

Leiðbeiningar

a) Bætið hveiti, lyftidufti og matarsódanum í skál og þeytið saman.

b) Í annarri skál, þeytið maukaðan banana, jógúrt, mjólk, egg og hlynsíróp þar til það er blandað saman.

c) Bætið blautu hráefninu við þurru hráefnin og þeytið þar til það hefur blandast vel saman.

d) Hrærið bláberjunum varlega saman við.

e) Látið deigið hvíla í 2 til 3 mínútur. Þetta gerir allt hráefninu kleift að koma saman og gefur deiginu betri þéttleika.

f) Sprautaðu ljúffengri pönnu eða pönnu ríkulega með jurtaolíu og hitaðu við meðalhita.

g) Þegar pönnuna er orðin heit, bætið deiginu út í með því að nota $\frac{1}{4}$ bolla mæliglas og hellið deiginu í pönnuna til að búa til pönnukökuna. Notaðu mælibikarinn til að móta pönnukökuna.

h) Eldið þar til hliðarnar virðast stífnar og loftbólur myndast í miðjunni (um það bil 2 til 3 mínútur), snúið síðan pönnukökunni við.

i) Þegar pönnukakan er elduð á þeirri hlið skaltu taka pönnukökuna af hellunni og setja á disk.

j) Haltu áfram þessum skrefum með restinni af deiginu.

93. Epli kanil pönnukökur

Hráefni:

- 1¾ bollar gamaldags rúllaðir hafrar
- 1½ tsk lyftiduft
- 1 tsk matarsódi
- ¼ tsk kanill
- ¼ teskeið salt
- 1 bolli eplamósa
- 2 matskeiðar kókosolía, brætt
- 1 matskeið hlynsíróp
- 1 stórt egg
- 1 tsk vanilluþykkni
- ½ bolli 2% léttmjólk

Leiðbeiningar

a) Bætið öllu hráefninu í blandarann. Bráðna kókosolían gæti harðnað þegar hún er sameinuð kaldari hráefnum, svo þú getur hitað mjólkina örlítið til að koma í veg fyrir að þetta gerist ef þú vilt.

b) Blandaðu öllu í blandarann þar til þú hefur sléttan vökva.

c) Hellið pönnukökudeiginu í stóra skál.

d) Látið deigið hvíla í 5 til 10 mínútur. Þetta gerir allt hráefninu kleift að koma saman og gefur deiginu betri þéttleika.

e) Sprautaðu ljúffengri pönnu eða pönnu
    ríkulega með jurtaolíu og hitaðu við
    meðalhita.

f) Þegar pönnuna er orðin heit, bætið
    deiginu út í með því að nota $\frac{1}{4}$ bolla
    mæliglas og hellið deiginu í pönnuna til að
    búa til pönnukökuna. Notaðu mælibikarinn
    til að móta pönnukökuna.

g) Eldið þar til hliðarnar virðast stífnar og
    loftbólur myndast í miðjunni (um það bil 2
    til 3 mínútur), snúið síðan pönnukökunni
    við.

h) Þegar pönnukakan er elduð á þeirri hlið
    skaltu taka pönnukökuna af hellunni og
    setja á disk.

i) Haltu áfram þessum skrefum með
    restinni af deiginu.

94. Jarðarberjaostakökupönnukökur

Hráefni:

- 1 bolli speltmjöl
- 2 msk sykurlaus vanillubúðing blanda
- $\frac{1}{2}$ tsk lyftiduft
- $\frac{1}{2}$ tsk matarsódi
- $\frac{3}{4}$ bolli grísk jógúrt
- $\frac{1}{2}$ bolli + 2 matskeiðar 2% léttmjólk
- 1 stórt egg
- 2 matskeiðar hlynsíróp
- 1 bolli þunnt sneidd jarðarber

Leiðbeiningar

a) Bætið hveiti, puddingblöndu, lyftidufti og matarsóda í skál og þeytið saman.

b) Í annarri skál, þeytið jógúrt, mjólk, egg og hlynsíróp þar til það er blandað saman.

c) Bætið blautu hráefninu við þurru hráefnin og þeytið þar til það hefur blandast vel saman.

d) Hrærið jarðarberjunum varlega saman við.

e) Látið deigið hvíla í 2 til 3 mínútur. Þetta gerir allt hráefninu kleift að koma saman og gefur deiginu betri þéttleika.

f) Sprautaðu ljúffengri pönnu eða pönnu ríkulega með jurtaolíu og hitaðu við meðalhita.

g) Þegar pönnuna er orðin heit, bætið deiginu út í með því að nota $\frac{1}{4}$ bolla mæliglas og hellið deiginu í pönnuna til að búa til pönnukökuna. Notaðu mælibikarinn til að móta pönnukökuna.

h) Eldið þar til hliðarnar virðast stífnar og loftbólur myndast í miðjunni (um það bil 2 til 3 mínútur), snúið síðan pönnukökunni við.

i) Þegar pönnukakan er elduð á þeirri hlið skaltu taka pönnukökuna af hellunni og setja á disk.

j) Haltu áfram þessum skrefum með restinni af deiginu.

95. Bláberjapönnukökur

Hráefni:

- 1¾ bollar gamaldags rúllaðir hafrar
- 1½ tsk lyftiduft
- 1 tsk matarsódi
- ½ tsk kanill
- ¼ teskeið salt
- 1 stórt egg
- 2 matskeiðar kókosolía, brætt
- 1 matskeið hlynsíróp
- 1 tsk vanilluþykkni
- 1¼ bollar 2% lágfitumjólk
- ½ bolli bláber

Leiðbeiningar

a) Bætið öllu hráefninu, nema bláberjunum, í blandarann. Bráðna kókosolían gæti harðnað þegar hún er sameinuð kaldari hráefnum, svo þú getur hitað mjólkina örlítið til að koma í veg fyrir að þetta gerist ef þú vilt.

b) Blandaðu öllu í blandarann þar til þú hefur sléttan vökva.

c) Hellið pönnukökublöndunni í stóra skál.

d) Hrærið bláberjunum varlega saman við.

e) Látið deigið hvíla í 5 til 10 mínútur. Þetta gerir allt hráefninu kleift að koma saman og gefur deiginu betri þéttleika.

f) Sprautaðu ljúffengri pönnu eða pönnu ríkulega með jurtaolíu og hitaðu við meðalhita.

g) Þegar pönnuna er orðin heit, bætið deiginu út í með því að nota $\frac{1}{4}$ bolla mæliglas og hellið deiginu í pönnuna til að búa til pönnukökuna. Notaðu mælibikarinn til að móta pönnukökuna.

h) Eldið þar til hliðarnar virðast stífnar og loftbólur myndast í miðjunni (um það bil 2 til 3 mínútur), snúið síðan pönnukökunni við.

i) Þegar pönnukakan er elduð á þeirri hlið skaltu taka pönnukökuna af hellunni og setja á disk.

j) Haltu áfram þessum skrefum með restinni af deiginu.

96. Jarðarberja bananapönnukökur

Hráefni:

- 1 bolli speltmjöl
- ½ tsk lyftiduft
- ½ tsk matarsódi
- ¾ bolli grísk jógúrt
- 1 þroskaður meðalstór banani, stappaður
- ½ bolli + 2 matskeiðar 2% léttmjólk
- 1 stórt egg
- 2 matskeiðar hlynsíróp
- ¾ bolli sneið jarðarber

Leiðbeiningar

a) Bætið hveiti, lyftidufti og matarsódanum í skál og þeytið saman.

b) Í annarri skál, þeytið jógúrt, maukaðan banana, mjólk, egg og hlynsíróp þar til það er blandað saman.

c) Bætið blautu hráefninu við þurru hráefnin og þeytið þar til það hefur blandast vel saman.

d) Hrærið jarðarberjunum varlega saman við.

e) Látið deigið hvíla í 2 til 3 mínútur. Þetta gerir allt hráefninu kleift að koma saman og gefur deiginu betri þéttleika.

f) Sprautaðu ljúffengri pönnu eða pönnu ríkulega með jurtaolíu og hitaðu við meðalhita.

g) Þegar pönnuna er orðin heit, bætið deiginu út í með því að nota $\frac{1}{4}$ bolla mæliglas og hellið deiginu í pönnuna til að búa til pönnukökuna. Notaðu mælibikarinn til að móta pönnukökuna.

h) Eldið þar til hliðarnar virðast stífnar og loftbólur myndast í miðjunni (um það bil 2 til 3 mínútur), snúið síðan pönnukökunni við.

i) Þegar pönnukakan er elduð á þeirri hlið skaltu taka pönnukökuna af hellunni og setja á disk.

j) Haltu áfram þessum skrefum með restinni af deiginu.

97. Ferskjur og rjómapönnukökur

Hráefni:

- 1¾ bollar gamaldags rúllaðir hafrar
- 2 msk sykurlaus vanillubúðing blanda
- 1½ tsk lyftiduft
- 1 tsk matarsódi
- ½ tsk kanill
- ¼ teskeið salt
- 1 msk smjör, brætt
- 1 stórt egg
- ¼ bolli 2% léttmjólk
- 1 tsk vanilluþykkni
- 2 bollar skrældar og sneiðar ferskjur (ef notaðar eru frosnar ferskjur, þíða þær fyrst)

Leiðbeiningar

a)   Bætið öllu hráefninu í blandara.

b)   Blandaðu öllu í blandarann þar til þú hefur sléttan vökva.

c)   Hellið pönnukökudeiginu í stóra skál.

d)   Látið deigið hvíla í 5 til 10 mínútur. Þetta gerir allt hráefninu kleift að koma saman og gefur deiginu betri þéttleika.

e) Sprautaðu ríkulega jurtaolíu á pönnu eða pönnu sem festist ekki við og hitaðu við miðlungs lágan hita.

f) Þegar pönnuna er orðin heit, bætið deiginu út í með því að nota ¼ bolla mæliglas og hellið deiginu í pönnuna til að búa til pönnukökuna. Notaðu mælibikarinn til að móta pönnukökuna.

g) Eldið þar til hliðarnar virðast stífnar og loftbólur myndast í miðjunni (um það bil 2 til 3 mínútur), snúið síðan pönnukökunni við.

h) Þegar pönnukakan er elduð á þeirri hlið skaltu taka pönnukökuna af hellunni og setja á disk.

i) Haltu áfram þessum skrefum með restinni af deiginu.

98. Bananabrauð pönnukökur

Hráefni:

- 1 bolli speltmjöl
- ½ tsk lyftiduft
- ½ tsk matarsódi
- ¾ bolli grísk jógúrt
- 1 þroskaður meðalstór banani, stappaður
- ½ bolli + 2 matskeiðar 2% léttmjólk
- 1 stórt egg
- 2 matskeiðar hlynsíróp

Leiðbeiningar

a) Bætið hveiti, lyftidufti og matarsódanum í skál og þeytið saman.

b) Í annarri skál, þeytið jógúrt, maukaðan banana, mjólk, egg og hlynsíróp þar til það er blandað saman.

c) Bætið blautu hráefninu við þurru hráefnin og þeytið þar til það hefur blandast saman.

d) Látið deigið hvíla í 2 til 3 mínútur. Þetta gerir allt hráefninu kleift að koma saman og gefur deiginu betri þéttleika.

e) Sprautaðu ljúffengri pönnu eða pönnu ríkulega með jurtaolíu og hitaðu við meðalhita.

f) Þegar pönnuna er orðin heit, bætið deiginu út í með því að nota $\frac{1}{4}$ bolla mæliglas og hellið deiginu í pönnuna til að búa til pönnukökuna. Notaðu mælibikarinn til að móta pönnukökuna.

g) Eldið þar til hliðarnar virðast stífnar og loftbólur myndast í miðjunni (um það bil 2 til 3 mínútur), snúið síðan pönnukökunni við.

h) Þegar pönnukakan er elduð á þeirri hlið skaltu taka pönnukökuna af hellunni og setja á disk.

i) Haltu áfram þessum skrefum með restinni af deiginu.

99. Suðrænar pönnukökur

Hráefni:

- 1¾ bollar gamaldags rúllaðir hafrar
- 1½ tsk lyftiduft
- 1 tsk matarsódi
- ½ tsk kanill
- ¼ teskeið salt
- 1 þroskaður meðalstór banani, stappaður
- 2 matskeiðar kókosolía, bræett
- 1 matskeið hlynsíróp
- 1 stórt egg
- 1 tsk vanilluþykkni
- ¾ bolli 2% léttmjólk
- ½ bolli niðursoðin fullfeiti kókosmjólk
- ½ bolli fínt skorinn ananas (ef notaður er frosinn, vertu viss um að hann hafi verið þiðnaður)
- ½ bolli fínt skorið mangó (ef þú notar frosið skaltu ganga úr skugga um að það hafi verið þiðnað)

Leiðbeiningar

a) Bætið öllu hráefninu, nema ananas og mangó, í blandara. Bráðna kókosolían gæti harðnað þegar hún er sameinuð kaldari hráefnum, svo þú getur hitað mjólkina örlítið til að koma í veg fyrir að þetta gerist ef þú vilt.

b) Blandaðu blöndunni í blandarann þar til þú hefur sléttan vökva.

c) Hellið pönnukökudeiginu í stóra skál.

d) Hrærið ananas og mangó saman við.

e) Látið deigið hvíla í 5 til 10 mínútur. Þetta gerir allt hráefninu kleift að koma saman og gefur deiginu betri þéttleika.

f) Sprautaðu ríkulega jurtaolíu á pönnu eða pönnu sem festist ekki við og hitaðu við miðlungs lágan hita.

g) Þegar pönnuna er orðin heit, bætið deiginu út í með því að nota $\frac{1}{4}$ bolla mæliglas og hellið deiginu í pönnuna til að búa til pönnukökuna. Notaðu mælibikarinn til að móta pönnukökuna.

h) Eldið þar til hliðarnar virðast stífnar og loftbólur myndast í miðjunni (um það bil 2 til 3 mínútur), snúið síðan pönnukökunni við.

i) Þegar pönnukakan er elduð á þeirri hlið skaltu taka pönnukökuna af hellunni og setja á disk.

100. Fullkomnar pönnukökur

Afrakstur: 4-6 skammtar

Hráefni:

- 1 ½ bolli alhliða hveiti

- 3 ½ tsk lyftiduft

- ½ tsk salt

- 1 matskeið sykur

- 1 ¼ bolli mjólk

- 1 egg

- 3 matskeiðar smjör, brætt (valfrjálst)

Leiðbeiningar

a) Sigtið saman hveiti, lyftiduft, salt og sykur í stórri skál.

b) Búið til holu í miðjunni og hellið mjólkinni, egginu og bræddu smjöri út í; blandið saman með gaffli eða þeytara þar til slétt.

c) Hitið pönnu eða stóra pönnu yfir meðalháum hita (ég stillti pönnu mína á 375°F).

d) Hellið eða ausið $\frac{1}{4}$ bolla af deigi fyrir hverja pönnuköku. Bíddu þar til loftbólur myndast til að snúast.

e) Brúnið á hinni hliðinni og berið fram með smjöri og bláberjasírópi.

NIÐURSTAÐA

Sumar uppskriftirnar í þessari bók gera fjóra skammta af pönnukökum. Ef þú ert ekki að fæða svona marga, engar áhyggjur - þú getur fryst pönnukökurnar til seinna. Gerðu bara pönnukökurnar eins og venjulega. Látið þær kólna alveg og leggið þær svo á milli vaxpappírsbita. Renndu pönnukökunum í zip-top poka og settu þær í frysti. Til að hita upp aftur geturðu gert nokkra hluti. Þú getur látið þær þiðna og hita þær síðan á pönnu eða þú getur skotið frosnu pönnukökunum í örbylgjuofninn í eina mínútu. Mundu bara að fjarlægja vaxpappírinn óháð því hvaða aðferð þú notar. Ef það er álegg sem passar við uppskriftina af pönnukökum sem þú ert að frysta, getur þú búið til áleggið og geymt í kæli í allt að viku. Annars þarftu að gera áleggið ferskt þegar þú ert að hita pönnukökurnar aftur.

9 781836 872252